Khám phá nghệ thuật chế tác bánh tartlet ti

100 công thức nấu ăn hấp dẫn cho mọi dịp

Huệ Mộng

Tài liệu bản quyền

©2023 GILBERT CA

Đã đăng ký Bản quyền

Không phần nào của cuốn sách này có thể được sử dụng hoặc truyền đi dưới bất kỳ hình thức nào hoặc bằng bất kỳ phương tiện nào mà không có sự đồng ý bằng văn bản của nhà xuất bản và chủ sở hữu bản quyền, ngoại trừ các trích dẫn ngắn được sử dụng trong bài đánh giá. Cuốn sách này không nên được coi là tài liệu thay thế cho các lời khuyên về y tế, luật pháp hoặc chuyên môn khác.

MỤC LỤC

MỤC LỤC..3
GIỚI THIỆU..8
LỚP VÀ VỎ..10
1. Vỏ bánh bông lan cơ bản.................................11
2. Vỏ Tart ngọt không co rút...............................13
3. Vỏ bánh tart phô mai.......................................16
4. Vỏ bánh bột ngô..18
5. Vỏ bánh tart dạng tự do..................................20
6. lớp vỏ sô cô la..22
7. lớp vỏ Graham...24
8. Vỏ Tart nhỏ..26
9. Vỏ bánh Tart ngọt kiểu Pháp..........................28
10. Vỏ bánh tart kem phô mai............................30
11. Vỏ Tartlet quả óc chó....................................32
12. Vỏ Phyllo Tart..34
13. Vỏ bánh Tart bánh mì ngắn.........................36
14. Vỏ bánh Tart không trứng...........................39
15. Vỏ bánh tart lúa mì nguyên cám.................42
BÁNH TART CHOCOLATE...................................44
16. Bánh tart truffle với sốt espresso.................45
17. Tart sô cô la đen với lớp vỏ Gingersnap......47
18. bánh sô cô la hạnh nhân..............................50
19. Bánh bơ sô cô la..53
20. Bánh tart sô cô la dừa nhỏ...........................55

21. Bánh sô cô la hạt dẻ..57
22. Bánh tart sô cô la mascarpone hạt..........................60
23. Bánh tart sô cô la thu nhỏ......................................63
24. Bánh tart sô cô la với quả mâm xôi.........................65
25. Bánh nam việt quất và sô cô la trắng......................68
26. Bánh kem sô cô la đôi...71
27. Bánh tart sô cô la béo ngậy....................................74
28. Trái cây tươi và bánh sô cô la.................................76
29. bánh sô cô la cay..79
30. Bánh mousse sô cô la trắng dâu tây.......................81
31. Món tráng miệng sô cô la của Thụy Điển................84
32. Bánh kem chuối socola trắng..................................87
33. Bánh tart sô cô la đen độc ác.................................90
bánh tart hải sản..93
34. Bánh tart hải sản Alaska..94
35. Bánh tart tôm và phô mai cay................................96
36. Bánh tart sò điệp và phô mai xanh.........................98
37. Kem cá hồi hun khói và bánh thì là......................100
38. Bánh cá hồi Na Uy..103
39. Bánh tart cá hồi hun khói nhỏ...............................106
40. bánh tôm lễ hội..108
41. tôm , hành tây và cà chua...................................110
42. Bánh tart tôm...113
BÁNH TẠO HẠT...115
43. bánh hạnh nhân..116
44. Tart sô cô la Mexico với hồ đào gia vị..................119
45. Frangipane Tart với trái cây theo mùa................122

46. bánh tart nướng	125
47. Bánh tart hạt táo	127
48. Tart macadamia hạt mơ	130
49. Bánh tart kem hạt dẻ	133
50. Tart cà rốt hạt	136
51. bánh tart hạt caramel	138
52. Bánh trái cây hạt	141
53. Bánh tart hạt Brazil màu cam	143
54. bánh hạt thông	146
TRÁI CÂY TRÁI CÂY	148
55. Bánh tart hạnh nhân	149
56. Bánh tart mận Alsatian	151
57. bánh táo	153
58. Tarte tatin táo và nho khô	155
59. bánh quế táo	157
60. Bánh tart táo nam việt quất lộn ngược	159
61. Bánh mâm xôi táo	161
62. Tart sữa bơ việt quất	164
63. Bánh trái cây tổng hợp	167
64. Bánh trái cây ngày lễ	169
65. Bánh trái cây cầu vồng	171
66. Bánh trái cây kem vani	174
67. Bánh trái cây Parisienne	176
68. Bánh tart trái cây trắng cao cấp	179
TART RAU CỦ	181
69. bánh khoai tây Alpine	182
70. bánh atisô	184

71. bí ngô phô mai bánh tart..187
72. Bánh rau củ nướng...189
73. Rau củ nướng và bánh tart brioche phô mai dê..........191
74. Tart rau mặn..194
75. Bánh su kem rau củ...197
BÁNH PHÔ MAI...200
76. Bánh tart phô mai Alsatian..201
77. Bánh tart phô mai Amaretto..203
78. Bánh phô mai Bỉ...205
79. Ớt chuông và bánh tart phô mai....................................207
80. Bánh tart phô mai ăn sáng..210
81. Bánh tart bơ tỏi và phô mai..213
82. Bánh tart phô mai cà ri và tương ớt.............................215
83. bánh phô mai Pháp...217
84. Phô mai dê và bánh tart rau bina..................................220
85. Bánh tart phô mai dứa vàng...222
86. Quả nho tinh thần bánh tart nho với phô mai fontina 225
87. Bánh tart pho mát Herbed...227
88. Bánh phô mai Địa Trung Hải..230
89. bánh tart chanh...233
90. Bánh tart kem phô mai đu đủ với hạt macadamia......235
91. Bánh tart phô mai Ricotta và rau bina..........................238
92. Bánh tart phô mai Tây Nam..240
TÁM NẤM..242
93. Tart nấm kỳ lạ..243
94. Bánh nấm xốp...246
95. Bánh tart cà tím nướng nấm..248

96. Bánh tart nấm...251
97. bánh tart nấm khói...253
98. Bánh ba nấm...256
99. Nấm hoang dã và bánh pho mát dê..........................258
100. nấm hoang dã và bánh tart pecorino......................261
PHẦN KẾT LUẬN..263

GIỚI THIỆU

Chào mừng! Cuốn sách nấu ăn này được thiết kế để khơi dậy niềm đam mê của bạn trong việc tạo ra những chiếc bánh tart và bánh tart ngon lành sẽ gây ấn tượng với cả gia đình và bạn bè. Cho dù bạn là một thợ làm bánh có kinh nghiệm hay mới bắt đầu hành trình ẩm thực của mình, cuốn sách này sẽ hướng dẫn bạn nghệ thuật làm những chiếc bánh ngọt không thể cưỡng lại từ đầu.

Trong các trang này, bạn sẽ tìm thấy một kho tàng các công thức nấu ăn, được tuyển chọn cẩn thận để mang đến nhiều hương vị và phong cách đa dạng. Từ bánh tart trái cây cổ điển với các sản phẩm theo mùa đến bánh tart mặn với các nguyên liệu dành cho người sành ăn, luôn có thứ gì đó làm hài lòng mọi khẩu vị. Mục tiêu của chúng tôi là cung cấp cho bạn kiến thức và kỹ thuật cần thiết để có được lớp vỏ vàng óng, được nướng hoàn hảo và lớp nhân thơm ngon sẽ khiến mọi người quay trở lại để thưởng thức thêm.

Mỗi công thức được kèm theo hướng dẫn từng bước, mẹo hữu ích và ảnh đẹp để truyền cảm hứng và hướng dẫn bạn trên đường đi. Bạn sẽ học cách làm chủ nghệ thuật tạo lớp vỏ xốp và bơ, khám phá nhiều lựa chọn nhân khác nhau và thử nghiệm các cách kết hợp hương vị độc đáo sẽ nâng kỹ năng làm bánh tart của bạn lên một tầm cao mới.

Cho dù bạn đang tổ chức một bữa tiệc tối sang trọng, chuẩn bị một món tráng miệng đặc biệt cho người thân yêu hay chỉ đơn giản là thưởng thức một món ngọt cho chính mình, các công thức nấu ăn trong cuốn sách dạy nấu ăn này sẽ biến nỗ lực làm bánh của bạn thành những trải nghiệm ẩm thực đáng nhớ. Vì vậy, hãy lấy cây cán bột của bạn, phủi tạp dề và bắt đầu một cuộc hành trình thú vị qua thế giới của bánh tart và bánh tartlet!

LỚP VÀ VỎ

1. Vỏ bánh bông lan cơ bản

Làm: 1 vỏ bánh tart

THÀNH PHẦN:
- 8 muỗng canh bơ không muối, lạnh
- 1 ⅓ chén + 4 muỗng canh bột bánh ngọt
- ¼ muỗng cà phê muối
- 2 ½ đến 3 ½ muỗng canh nước đá
- 1 ½ muỗng cà phê giấm táo Tùy chọn
- ⅛ muỗng cà phê bột nở

HƯỚNG DẪN:
a) Chia bơ thành hai phần, khoảng hai phần ba đến một phần ba .
b) Cắt bơ thành khối ¾ inch.
c) Bọc từng phần bơ bằng màng bọc thực phẩm, làm lạnh phần lớn hơn và đông lạnh phần nhỏ hơn trong ít nhất 30 phút.
d) Cho bột mì, muối và bột nở vào túi cấp đông cỡ gallon và để đông lạnh ít nhất 30 phút.
e) Thêm lượng bơ lớn hơn vào bột và xử lý trong khoảng 20 giây hoặc cho đến khi hỗn hợp giống như bột thô.
f) Thêm các khối bơ đông lạnh còn lại và đập cho đến khi tất cả bơ đông lạnh có kích thước bằng hạt đậu.
g) Thêm lượng nước đá thấp nhất và giấm và xung 6 lần. Véo một cái một lượng nhỏ hỗn hợp với nhau giữa các ngón tay của bạn.
h) Đối với bánh tartlet nhỏ 1 inch, bỏ qua bột nở và chỉ tiếp tục chế biến cho đến khi hình thành quả bóng.
i) Thìa hỗn hợp vào túi nhựa.
j) Giữ cả hai đầu của túi đã mở bằng các ngón tay của bạn, nhào hỗn hợp bằng cách ấn luân phiên từ bên ngoài túi bằng các đốt ngón tay và gót chân của bàn tay cho đến khi hỗn hợp kết dính thành một khối và có cảm giác hơi co giãn khi kéo.
k) Bọc bột bằng màng bọc thực phẩm, ấn dẹt thành đĩa và cho vào tủ lạnh ít nhất 45 phút.

2. Vỏ Tart ngọt không co rút

Làm: đủ cho một lớp vỏ bánh tart 9 inch

THÀNH PHẦN:
- 1 ½ chén bột mì đa dụng
- ½ chén đường bánh kẹo
- ¼ muỗng cà phê muối
- 1 thanh cộng với 1 muỗng canh bơ không ướp muối, cắt thành miếng nhỏ
- 1 trứng lớn

HƯỚNG DẪN:
a) Trộn bột mì, đường và muối với nhau trong bát của một bộ xử lý thực phẩm. Rắc các miếng bơ lên trên thành phần khô và đập cho đến khi bơ được cắt thô.

b) Khuấy lòng đỏ, chỉ để đánh tan lòng đỏ và thêm từng chút một, khuấy đều sau mỗi lần thêm.

c) Khi cho trứng vào, chế biến theo từng xung dài – khoảng 10 giây mỗi xung – cho đến khi bột, sẽ trông có dạng hạt ngay sau khi thêm trứng, tạo thành cục và đông lại. Ngay trước khi bạn đạt đến giai đoạn này, âm thanh của máy nhào bột sẽ thay đổi – hãy lưu ý.

d) Xoay bột ra một bề mặt làm việc và nhào bột rất nhẹ nhàng và tiết kiệm chỉ để kết hợp bất cứ thứ gì thành phần khô mà có thể đã thoát trộn. Làm lạnh bột, bọc trong nhựa, trong khoảng 2 giờ trước khi cán.

e) Để cán bột: Bơ cho khuôn bánh tart có rãnh 9 inch có đáy có thể tháo rời.

f)

g) Cán bột đã nguội trên một tờ giấy da có rắc bột thành hình tròn 12 inch, thỉnh thoảng nhấc và xoay bột để bột thoát ra khỏi giấy.

h) Sử dụng giấy để hỗ trợ, biến bột thành một khuôn bánh tart có đường kính 9 inch với đáy có thể tháo rời; bóc lớp giấy ra.

i) Niêm phong bất kỳ vết nứt nào trong bột.

j) Cắt phần nhô ra hai ½ inch. Gấp phần nhô ra vào, tạo thành các cạnh dày gấp đôi.

k) Xuyên qua lớp vỏ bằng một cái nĩa.

l) Ngoài ra, bạn có thể ấn bột vào ngay sau khi chế biến: Ấn đều từ đáy và lên các mặt của vỏ bánh tart.

m) Đóng băng lớp vỏ trong ít nhất 30 phút.

n) Để nướng toàn bộ hoặc một phần vỏ bánh: Đặt một giá đỡ vào trong lò và làm nóng lò trước ở nhiệt độ 375 độ F. Bơ cho mặt sáng bóng của một miếng giấy nhôm và lắp giấy bạc, mặt đã phết bơ xuống dưới, áp chặt vào vỏ bánh.

o) Và đây là phần hay nhất: Vì bạn đã đông lạnh lớp vỏ nên bạn có thể nướng nó mà không cần cân. Đặt chảo tart lên một tấm nướng và nướng lớp vỏ trong 20 đến 25 phút.

p) Cẩn thận gỡ giấy bạc ra. Nếu lớp vỏ bị phồng lên, hãy ấn nhẹ nó xuống bằng mặt sau của thìa.

q) Nướng lớp vỏ lâu hơn khoảng 10 phút để nướng hoàn toàn hoặc cho đến khi lớp vỏ cứng lại và có màu vàng nâu.

r) Chuyển chảo lên giá và làm nguội lớp vỏ đến nhiệt độ phòng.

3. Vỏ bánh tart phô mai

Làm cho: 4 phần ăn

THÀNH PHẦN:
- ½ cốc rút ngắn rau
- 5 lạng Phô Mai Mỹ 1 Hũ
- 1½ cốc Bột tẩy trắng

HƯỚNG DẪN:
a) Kết hợp phần mỡ và pho mát phết trong một cái bát.
b) Cắt bột vào hỗn hợp phô mai bằng hai con dao cho đến khi trộn đều.
c) Định hình thành một cuộn có đường kính 1¼ inch và dài 12 inch.
d) Bọc hoàn toàn trong giấy sáp hoặc bọc nhựa.
e) Làm lạnh trong 1 giờ hoặc lâu hơn. Làm nóng lò ở 375 độ F.
f) Lấy bột ra khỏi tủ lạnh và mở gói. Lát dày ⅛ inch.
g) Sử dụng 12 khuôn bánh muffin hoặc khuôn bánh tart 3 inch, đặt 1 lát bột vào đáy mỗi khuôn.
h) Chồng chéo 5 lát xung quanh bên ngoài của mỗi lát.
i) Nhẹ nhàng ấn chúng lại với nhau. Dùng nĩa chọc thủng đáy và hai bên.
j) Nướng trong 18 đến 20 phút trong lò làm nóng trước cho đến khi có màu nâu nhạt.
k) Để nguội trong chảo trên giá và nhẹ nhàng gỡ vỏ khi chạm vào thấy nguội.

4. Vỏ bánh bột ngô

Làm cho: 1 khẩu phần

THÀNH PHẦN:
- 2½ cốc bột ngô
- 1 muỗng cà phê muối
- 1 thanh bơ lạnh không ướp muối; cắt thành miếng
- 6 muỗng canh rắn rau rút ngắn; lạnh lẽo
- 5 muỗng canh nước đá

HƯỚNG DẪN:
a) Kết hợp bột mì và muối trong một cái bát. Dùng tay trộn bơ và bơ vào bột cho đến khi hỗn hợp giống như vụn thô. Rưới nước đá lên hỗn hợp 1 hoặc 2 muỗng canh mỗi lần. Tập hợp bột thành một quả bóng. Xoay bột lên một bề mặt bột.

b) Dùng mu bàn tay nhào bột, thao tác này sẽ giúp bơ và chất béo hòa quyện vào nhau và làm cho bánh bông lan hơn. Làm lạnh trong 30 phút. Lăn bột ra một bề mặt có rắc bột thành hình tròn có đường kính 14 inch và dày ⅛ inch.

c) Nhẹ nhàng gấp đôi khối bột tròn rồi lại gấp đôi lại để bạn có thể nhấc bột ra mà không bị rách và mở ra thành một khuôn bánh tart 9 inch.

5. Vỏ bánh tart dạng tự do

Làm cho: 4 phần ăn

THÀNH PHẦN:
- 1 trứng trộn với 1 muỗng cà phê nước
- ¼ chén đường cát
- 1 chén bột mì
- ½ muỗng cà phê muối
- ⅛ muỗng cà phê bột nở
- 8 muỗng canh bơ không ướp muối

HƯỚNG DẪN:
a) Trong một bộ xử lý thực phẩm, kết hợp đường, bột mì, muối và bột nở.
b) Khi kết hợp tốt, thêm bơ và xung máy cho đến khi bơ được chia thành hỗn hợp bột.
c) Thêm trứng và nước và xử lý cho đến khi bột tạo thành bột nhão.
d) Chuyển bột vào giấy sáp; vỗ thành hình tròn phẳng và cho vào tủ lạnh từ 30 đến 45 phút hoặc cho đến khi nó mềm ra và bạn có thể cuộn nó ra.
e) Chia bột thành khoảng 8 phần bằng nhau.
f) Tung ra các miếng trên một bảng bột nhẹ.
g) Thay vì bạn tâm lắp chúng vào vỏ bánh tartlet và nướng trước, bạn chỉ cần nặn chúng thành những viên tròn thô hoặc cắt chúng thành hình trái tim hoặc hình chữ nhật.
h) Chuyển các hình dạng tự do vào khay nướng và làm lạnh trong 20 phút trong khi bạn làm nóng lò trước ở 400 độ.
i) Dùng nĩa chọc vào bột để bột không bị phồng lên.
j) Nướng trong 10 đến 12 phút hoặc cho đến khi các cạnh có màu nâu.
k) Lấy chúng ra khỏi lò để lên giá và để nguội.
l) Khi nguội hoàn toàn, phủ lên trên bất cứ thứ gì bạn thích.

6. lớp vỏ sô cô la

Làm: 1 Vỏ bánh

THÀNH PHẦN:
- ¾ phần vụn sô cô la
- 8g đường
- 0,5 g muối kosher
- 14 g bơ, đun chảy

HƯỚNG DẪN:
a) Cho vụn sô cô la vào máy xay thực phẩm cho đến khi chúng có cát và không còn các cục lớn.
b) Chuyển cát vào một cái bát và dùng tay trộn đều với đường và muối.
c) Thêm bơ tan chảy và nhào vào cát cho đến khi nó đủ ẩm để nhào thành một quả bóng.
d) Chuyển hỗn hợp vào hộp bánh 10 inch.
e) Dùng các ngón tay và lòng bàn tay ấn mạnh lớp vỏ sô cô la vào hộp, đảm bảo đáy và các mặt của hộp bánh được phủ đều.
f) Được bọc trong màng bọc thực phẩm, vỏ bánh có thể được bảo quản ở nhiệt độ phòng trong tối đa 5 ngày hoặc trong tủ lạnh trong 2 tuần.

7. lớp vỏ Graham

Làm cho: 2 cốc

THÀNH PHẦN:
- 190 g vụn bánh quy graham
- 20 g sữa bột
- 25 g đường
- 3 g muối kosher
- 55 g bơ, đun chảy
- 55 g kem nặng

HƯỚNG DẪN:
a) Quăng vụn graham, sữa bột, đường và muối bằng tay vào bát để phân bố đều nguyên liệu khô.

b) Đánh bơ và kem nặng với nhau.

c) thêm vào thành phần khô và tung lại để phân bổ đều.

8. Vỏ Tart nhỏ

Làm cho: 20-22 viên đạn nhỏ

THÀNH PHẦN:
- 3 chén bột mì đa dụng
- ⅛ muỗng cà phê muối
- 1 ¼ chén đường bột
- 3 lòng đỏ trứng
- 2 muỗng cà phê bột đậu vani hoặc chiết xuất vani
- 2 thanh bơ không ướp muối

HƯỚNG DẪN:
a) Rây bột và muối. Để qua một bên.
b) Trong máy trộn có gắn cánh hoa, đánh bơ không muối ở nhiệt độ phòng và đường bột cho đến khi mịn.
c) Trong một cái đĩa nhỏ, đánh đều lòng đỏ trứng và bột đậu vani hoặc chiết xuất vani.
d) Dần dần đánh hỗn hợp lòng đỏ trứng vào bơ kem.
e) Cạo bát một vài lần khi cần thiết.
f) Ở tốc độ thấp, dần dần thêm hỗn hợp bột vào hỗn hợp bơ.
g) Trộn cho đến khi nó bắt đầu kết hợp với nhau. Nếu bột quá vụn, hãy thêm 1 muỗng cà phê sữa.
h) Úp bột lên một bề mặt làm việc sạch hoặc vào một cái bát và dùng tay gom bột lại với nhau thành một quả bóng.
i) Sau đó nặn bột thành đĩa, bọc trong giấy bạc và làm lạnh trong 1 đến 2 giờ
j) Làm nóng lò ở 350F.
k) Đặt các khuôn vỏ bánh tart mini lên khay nướng. Xịt bằng bình xịt chống dính và đặt sang một bên.
l) Lấy bột đã nguội ra, cắt làm đôi. Để nó mềm trong 5 phút.
m) Lăn nó ra giữa 2 tờ giấy da hoặc sử dụng Dough EZ Mat.
n) Cuộn nó ra bằng cách sử dụng hướng dẫn cuộn ⅛ inch.
o) Cắt ra càng nhiều vòng càng tốt. Thu thập phế liệu và cuộn lại.
p) Định hình bánh tart và dùng nĩa chọc vào đáy vỏ.
q) Nướng ở 350F trong 12-14 phút cho đến khi vàng xung quanh các cạnh.

9. Vỏ bánh Tart ngọt kiểu Pháp

Làm: 1 vỏ bánh tart

THÀNH PHẦN:
- 1 ½ chén bột mì, loại thường/đa dụng
- 6 ½ muỗng canh đường bột mềm
- 2 ½ muỗng canh bột hạnh nhân
- ¼ muỗng cà phê muối
- 100g/ 7 muỗng canh bơ lạt, để mềm, cắt nhỏ
- 1 quả trứng lớn, ở nhiệt độ phòng

HƯỚNG DẪN:
a) Đánh đều bột mì, đường bột, muối và bột hạnh nhân trong một cái bát.
b) Sử dụng đầu ngón tay của bạn để chà xát bơ vào thành phần khô cho đến khi nó giống như vụn bánh mì.
c) Dùng phới cao su trộn đều cho đến khi thấy khó khuấy nữa thì dùng tay nhào lại thành một khối bột.
d) Xoay bột ra một bề mặt làm việc, sau đó nhào để tạo thành một quả bóng mịn.
e) Ép thành đĩa dày 2 cm / 0,8 inch. Bọc bằng màng bọc thực phẩm và để trong tủ lạnh trong 30 phút.
f) Mở bột ướp lạnh. Đặt trên một bề mặt làm việc rắc nhẹ.
g) Cuộn ra thành một vòng 13 inch.
h) Lăn nhẹ bánh lên cây lăn bột. Sau đó nhẹ nhàng trải nó ra khỏi hộp thiếc.
i) Điều chỉnh bánh vừa với khuôn bánh tart, vừa khít vào góc, chú ý không để khuôn bị căng ra.
j) Lăn cây cán bột trên khuôn bánh tart để cắt bớt phần bột thừa.
k) Dùng nĩa chọc vào đế bánh 30 lần.
l) Làm lạnh bánh ngọt trong hộp bánh tart trong 30 phút.

10. Vỏ bánh tart kem phô mai

Làm cho: 24

THÀNH PHẦN:
- 3 ounce pho mát kem, làm mềm
- ½ chén bơ mềm
- 1 chén bột mì đa dụng

HƯỚNG DẪN:
a) Trộn pho mát kem và bơ hoặc bơ thực vật. Khuấy bột cho đến khi hòa quyện. Thư giãn trong khoảng 1 giờ.
b) Làm nóng lò ở 325 độ F.
c) Nặn bột thành 24 viên tròn 1 inch và ấn vào các cốc muffin 1 ½ inch không bôi mỡ để tạo vỏ nông.
d) Đổ đầy nhân yêu thích của bạn và nướng trong 20 phút, hoặc cho đến khi vỏ bánh có màu nâu nhạt.

11. Vỏ Tartlet quả óc chó

Làm cho: 12

THÀNH PHẦN:
- 2 chén bột mì đa dụng, cộng với nhiều hơn nữa để cán bột
- ¼ muỗng cà phê muối
- ½ chén quả óc chó
- ¾ chén bơ không muối, ướp lạnh và cắt thành miếng nhỏ

HƯỚNG DẪN:
a) Cho bột mì, muối và quả óc chó vào tô của máy xay thực phẩm.
b) Xay cho đến khi quả óc chó nhỏ, nhưng không mịn.
c) Thêm bơ và đập cho đến khi hỗn hợp giống như những hạt đậu nhỏ, khoảng 15 giây.
d) Khi máy đang chạy, thêm ¼ cốc nước đá qua ống cấp liệu.
e) Xay cho đến khi bột bắt đầu dính lại với nhau khi bạn dùng ngón tay ấn vào.
f) Định hình bột thành một quả bóng. Làm phẳng thành đĩa và bọc trong nhựa.
g) Chuyển vào tủ lạnh và làm lạnh trong ít nhất 1 giờ.
h) Đặt 24 khuôn bánh tart 2 inch trên khay nướng.
i) Phủ nhẹ một bề mặt làm việc sạch bằng bột mì. Cán mỏng bột đến độ dày ⅛ inch. Sử dụng một con dao gọt, cắt bánh ngọt thành 24 ô vuông lớn hơn một chút so với chảo.
j) Nhấn bột vào chảo và cắt bột nhô ra.
k) Đặt khay bánh tartlet thứ hai lên trên mỗi khay đã lót giấy, cân bánh ngọt xuống.
l) Thư giãn thêm 30 phút nữa.
m) Làm nóng lò nướng đến 375 độ.
n) Nướng vỏ cho đến khi có màu nâu nhạt ở các cạnh, khoảng 10 phút.
o) Lấy chảo trên cùng ra và tiếp tục nướng cho đến khi chín và chín đều, thêm 12 đến 15 phút nữa.
p) Vớt vỏ ra và chuyển chúng vào giá đỡ bằng dây để nguội. Vỏ lớn trong hộp kín tối đa 3 ngày.

12. Vỏ Phyllo Tart

Làm cho: 12

THÀNH PHẦN:
- 1 cuộn bột phyllo đông lạnh rã đông
- ½ thanh bơ, tan chảy

HƯỚNG DẪN:
a) Lềm nóng lò ở 375.
b) trải bột phyllo lên thớt. Sử dụng một bánh pizza để cắt nó thành sáu hình vuông.
c) Che bằng khăn giấy ẩm.
d) Chải bên trong hai hộp bánh muffin bằng bơ tan chảy.
e) Khám phá 1 chồng hình vuông.
f) Phết bơ tan chảy lên một tờ giấy rồi đặt vào khuôn bánh muffin và vỗ nhẹ.
g) Lặp lại điều này với năm tờ.
h) Nướng trong lò 375 độ trong 8 phút hoặc cho đến khi vàng nâu.

13. Vỏ bánh Tart bánh mì ngắn

Làm: Một lớp vỏ bánh Tart 10 inch

THÀNH PHẦN:
CHO BỘT
- 12 muỗng canh bơ lạnh, thái hạt lựu
- ⅔ chén đường bột
- 2 lòng đỏ trứng
- 2 chén bột mì đa dụng

ĐỂ RỬA TRỨNG
- 1 quả trứng
- 1 muỗng canh nước

HƯỚNG DẪN:
a) Cho bơ, đường bột và lòng đỏ trứng vào tô của máy xay thực phẩm có gắn lưỡi dao.
b) Xay cho đến khi kết hợp nhưng vẫn còn lốm đốm bơ.
c) Thêm bột và chạy máy cho đến khi bột kết lại với nhau khi bạn kẹp rõ vào giữa các ngón tay.
d) Cho bột ra một miếng giấy da lớn, nhào vài lần cho bột quyện lại với nhau và nặn thành hình đĩa.
e) Bọc kỹ trong giấy da và làm lạnh trong khoảng nửa giờ.
f) Làm nóng lò ở 350°F với giá ở giữa.
g) Lấy bột ra khỏi tủ lạnh và để bột nghỉ trên quầy trong 15 phút.
h) Rắc một ít bột mì lên bề mặt làm việc của bạn và trên bề mặt bột.
i) Cán bột bằng một cái cán bột thành hình tròn khoảng 12 inch.
j) Chuyển bột thật cẩn thận sang khuôn tart 10 inch có đáy có thể tháo rời, ấn nhẹ bột lên sao cho bột vừa khít với đáy và thành khuôn.
k) Dùng nĩa chọc vào đáy vỏ. Đặt toàn bộ lên một tấm nướng.
l) Đặt một mảnh giấy da lên trên vỏ, đảm bảo che các cạnh.
m) Rải nhiều đậu khô hoặc khối lượng bánh lên giấy da, bao phủ toàn bộ đáy của vỏ bánh tart.
n) Nướng trong 15 phút theo cách này, sau đó loại bỏ giấy da và đậu.

o) Chải vỏ với một ít nước rửa trứng.
p) Cho vỏ trở lại lò nướng thêm ít nhất 10 phút nữa.
q) Lấy ra khỏi lò và để nguội hoàn toàn trước khi đổ đầy.

14. Vỏ bánh Tart không trứng

Làm cho: Vỏ bánh tart 9,5 inch

THÀNH PHẦN:
- 1 ¼ cốc 175 g bột mì đa dụng
- ⅓ cốc 40 g đường bánh kẹo
- ¼ muỗng cà phê muối kosher
- ½ cốc 115 g bơ không ướp muối, để nguội và thái hạt lựu
- 1 muỗng canh 15 ml sữa cô đặc
- 2 muỗng cà phê kem nặng 10 ml
- 1 muỗng cà phê 5 ml chiết xuất vani nguyên chất

HƯỚNG DẪN:
Làm bột:
a) Cho bột mì, đường và muối vào tô của máy xay thực phẩm, máy trộn đứng hoặc tô; xung để kết hợp.
b) Thêm bơ đã cắt nhỏ và chế biến từng đợt ngắn cho đến khi hỗn hợp giống như bột thô hoặc vụn bánh mì mịn.
c) Khi động cơ đang chạy, thêm sữa cô đặc, kem và vani, rồi chế biến/trộn/khuấy cho đến khi bột kết lại với nhau thành một quả bóng và kéo sạch ra khỏi thành bát.
d) Bằng tay: Trộn thành phần khô trong một cái bát lớn.
e) Sử dụng máy cắt bánh ngọt hoặc hai con dao để cắt bơ vào hỗn hợp bột cho đến khi kết cấu giống như bột ngô thô.
f) Sau đó, thêm các nguyên liệu ướt và trộn bằng nĩa cho đến khi bột quyện lại với nhau.
g) Xoay bột lên một bề mặt bột nhẹ.
h) Mang bột lại với nhau và làm phẳng nó thành hình dạng món ăn. Bọc trong bọc nhựa và làm lạnh trong 1 giờ.
i) Trên một bề mặt bột nhẹ, lăn bột.
j) Cho bột vào cây cán bột, lăn bột lỏng lẻo xung quanh, sau đó bỏ cuộn bột vào khuôn bánh tart.
k) Dùng các ngón tay của bạn để úp bột vào và nhẹ nhàng vỗ đều bột lên đáy và các mặt của khuôn bánh tart thay vì kéo hoặc kéo căng bột.
l) Bịt kín mọi vết nứt trên bột nếu cần.

m) Cắt bỏ phần bột thừa bằng dao sắc hoặc bằng cây cán bột bằng cách lăn qua khuôn bánh tart.

n) Dùng nĩa chọc nhẹ vào đế nhiều lần.

o) Đậy chảo tart bằng màng bọc thực phẩm và đặt vào ngăn đá tủ lạnh cho đến khi cứng lại, khoảng 30 phút.

p) Làm nóng lò ở 400º F.

q) Lót lớp vỏ bánh tart ướp lạnh bằng hai lớp giấy da hoặc giấy nhôm.

r) Đổ đầy lớp vỏ bằng trọng lượng bánh.

NƯỚNG:

s) Nướng ở nhiệt độ 400º F trong 15 – 18 phút, hoặc cho đến khi các canh đã se lại và giấy/giấy bạc không còn dính vào bột.

t) Lấy vỏ bánh tart ra khỏi lò. Loại bỏ trọng lượng và giấy.

u) Để nướng một phần vỏ bánh: Sau khi lấy vật nặng ra, nướng thêm 5 phút nữa.

v) Để nướng hoàn toàn vỏ bánh: Sau khi lấy vật nặng ra, nướng thêm khoảng 10 – 12 phút hoặc cho đến khi vàng và giòn.

w) Chuyển sang giá dây và để nguội hoàn toàn trước khi đổ đầy.

15. **Vỏ bánh tart lúa mì nguyên cám**

Làm: vỏ bánh tart 9 inch

THÀNH PHẦN:
- ¾ cốc bơ thực vật
- 1 ½ chén bột mì nguyên chất
- ½ muỗng cà phê muối
- 4 muỗng canh nước đá, hoặc khi cần

HƯỚNG DẪN:
a) Làm nóng lò ở 350 độ F.
b) Đặt bơ thực vật trong một bát thép không gỉ.
c) Trộn bằng máy trộn điện có gắn cánh khuấy ở tốc độ thấp cho đến khi hơi mềm.
d) Đổ bột mì và muối; tiếp tục trộn ở tốc độ thấp để kết hợp.
e) Đổ nước đá dần dần cho đến khi tạo thành bột.
f) Chia bột làm đôi. Bọc một phần bột trong nhựa và làm lạnh để sử dụng sau.
g) Cán mỏng phần bột còn lại trên một bề mặt đã được rắc nhẹ bột bằng một cây cán bột đã được rắc nhẹ.
h) Khuôn vào khuôn tart 9 inch. Châm đều đế bột bằng nĩa.
i) Nướng trong lò đã làm nóng trước cho đến khi lớp vỏ có màu nâu nhạt, từ 10 đến 15 phút.

BÁNH TART CHOCOLATE

16. Bánh tart truffle với sốt espresso

Làm cho: 1 khẩu phần

THÀNH PHẦN:
- 1½ cốc vụn bánh xốp sô cô la
- 6 muỗng canh bơ ngọt

ĐỔ ĐẦY:
- 12 ounce Sô cô la bán ngọt
- ½ cốc kem nặng
- 1 thanh bơ ngọt,
- Cắt nhỏ và làm mềm
- 2 muỗng canh Rượu mùi Kahlua
- 1 nhúm muối

NƯỚC XỐT:
- ½ chén kem tươi
- 4 muỗng canh Đường
- ¼ chén bơ
- 1 muỗng cà phê Espresso xay mịn
- 1 thìa cafe

HƯỚNG DẪN:

a) Nghiền hoặc xay mịn bánh xốp sô cô la trong máy xay thực phẩm. Đun chảy bơ và trộn thành vụn. Pat vào tart hoặc pie pan. Làm lạnh cho đến khi chắc trước khi đổ đầy hoặc nướng ở 300 độ trong 15 phút, để nguội, nhân.

b) Làm nhân: Trong một cái chảo lớn, kết hợp sô cô la, kem, bơ và Kahlua rồi đun hỗn hợp trên lửa nhỏ vừa phải, khuấy cho đến khi hỗn hợp mịn. Lấy ra khỏi bếp và để nguội trong 30 phút ở nhiệt độ phòng.

c) Đổ vào vỏ bánh tart đã nguội và cho vào tủ lạnh ít nhất 3 giờ.

d) Nước sốt: Trong một cái chảo, kết hợp kem, đường và bơ. Nấu trên lửa nhỏ, khuấy thường xuyên cho đến khi hỗn hợp sôi. Đun sôi trong 5 phút, thỉnh thoảng khuấy. Loại bỏ nhiệt. Khuấy trong cơ sở expresso.

e) Để phục vụ, hãy múc một lượng vừa phải nước sốt ấm lên đĩa có viền. hàng đầu với một cái nêm của tart.

17. Tart sô cô la đen với lớp vỏ Gingersnap

Thực hiện: 10 phần ăn

VỎ TRÁI ĐẤT:
- 8 ounce bánh quy gingersnap, bị vỡ thô
- ¼ chén bơ mặn, tan chảy

ĐỔ ĐẦY:
- 12 ounce sô cô la đắng, thái nhỏ
- 1 cốc kem đánh bông nặng
- 2 lòng đỏ trứng lớn
- 1 trứng lớn
- ¼ chén đường
- 1 muỗng canh bột mì đa dụng
- ⅛ muỗng cà phê tiêu đen mới xay
- Chút muối
- ¼ muỗng cà phê quế
- Kem đánh bông mềm, để phục vụ

HƯỚNG DẪN:
ĐỐI VỚI LỚP VỎ:
a) Làm nóng lò ở nhiệt độ 325°F. Nghiền mịn bánh quy gingersnap trong bộ xử lý.
b) Thêm bơ tan chảy và xử lý cho đến khi ẩm.
c) Nhấn mạnh hỗn hợp vụn xuống đáy và mặt trên của khuôn bánh tart đường kính 9 inch có đáy có thể tháo rời.
d) Đặt chảo lên khay nướng có viền.

ĐỂ ĐIỀN:
e) Kết hợp sô cô la đắng thái nhỏ và kem đánh bông nặng trong một cái chảo nặng vừa.
f) Đánh trên lửa nhỏ cho đến khi sô cô la tan chảy và mịn.
g) Hãy lấy cái chảo ra khỏi lửa nóng.
h) Đánh lòng đỏ trứng, trứng, đường, bột mì, tiêu đen xay, muối và quế trong một cái bát để trộn đều.
i) Đánh từ từ hỗn hợp sô cô la vào hỗn hợp trứng cho đến khi mịn và hòa quyện.
j) Đổ nhân sô cô la vào vỏ bánh.

k) Nướng bánh tart sô cô la cho đến khi nhân bánh hơi phồng lên ở rìa và phần giữa mềm ra trong khoảng 30 phút. Chuyển sang giá đỡ. Làm nguội tart trong chảo trong 20 phút.

l) Nhẹ nhàng loại bỏ các mặt chảo tart và làm nguội hoàn toàn tart.

m) Cắt bánh tart thành những miếng mỏng và dùng với kem đánh bông mềm.

18. bánh sô cô la hạnh nhân

Thực hiện: 10 phần ăn

THÀNH PHẦN:
- 1 cái ly florua
- ¼ cốc Đường nâu nhạt đóng gói chắc chắn
- 1 ounce Sô cô la; không đường, nạo
- ½ cốc Bơ; cắt thành miếng ½ inch, ướp lạnh
- 2 muỗng canh Sữa
- 1 muỗng cà phê Vanilla
- 3 ounces sô cô la không đường
- 3 lạng sô cô la bán ngọt
- ½ cốc Bơ; nhiệt độ phòng, cắt thành miếng
- 1½ cốc Đường
- 3 trứng; nhịp điệu hòa quyện
- 2 thìa cà phê Vanilla
- ½ cốc Quả óc chó băm nhỏ
- ¾ cốc bột mì đa dụng
- 4 lạng Sô cô la bán ngọt; tan chảy
- ¼ Bơ; nhiệt độ phòng
- 2 thìa cà phê Dầu thực vật

HƯỚNG DẪN:
CHC BÁNH MÌ:
a) Kết hợp bột mì, đường nâu và sô cô la nghiền trong một cái bát. Cắt bơ cho đến khi hỗn hợp giống như một bữa ăn thô. Trộn sữa và vani bằng nĩa cho đến khi hòa quyện. Vỗ nhẹ bánh ngọt vào đáy và các mặt của khuôn bánh tart 11 inch, rắc bột bằng đầu ngón tay nếu cần nếu hỗn hợp trở nên quá dính.

ĐỂ ĐIỀN:
b) Làm nóng lò trước ở 350 độ. Làm tan chảy sôcôla trên nồi hơi đôi đặt trên nước nóng. Tắt bếp và cho từng miếng bơ vào khuấy đều.

c) Chuyển hỗn hợp vào một cái bát. Thêm đường và trộn đều; hỗn hợp sẽ ở dạng hạt.

d) Thêm trứng đã đánh, một phần ba mỗi lần, trộn đều sau mỗi lần thêm. Trộn trong vani. Khuấy các loại hạt xắt nhỏ.

e) Dần dần thêm bột, trộn đều sau mỗi lần thêm. Đổ vào vỏ bánh ngọt.

f) Nướng cho đến khi phần giữa vừa khít và một que thử được đưa vào phần giữa sẽ sạch sẽ, từ 20 đến 25 phút.

g) Để bánh nguội trên giá dây.

ĐỐI VỚI BÓNG ĐÁ:

h) Kết hợp sô cô la, bơ và dầu trong một cái bát và trộn cho đến khi mịn.

i) Để nguội đến độ đặc có thể phết được, thỉnh thoảng đánh bông.

j) Phết kem lên trên mặt bánh. Đèn đứng cho đến khi đóng băng.

k) Cắt thành hình cái nêm để phục vụ.

19. Bánh bơ sô cô la

Làm cho: 12 Tarts

THÀNH PHẦN:
- 3 ô vuông sô cô la đắng
- 12 Không nướng với. vỏ bánh tart
- ¾ cốc Đường nâu đóng gói nhẹ
- ¼ cốc Si rô Bắp
- 1 trứng
- 2 muỗng canh Bơ; làm mềm
- 1 muỗng cà phê Vanilla
- 1 muỗng cà phê Giấm
- nhón Muối
- 1 Sô cô la đắng hình vuông tan chảy

HƯỚNG DẪN:
a) Cắt từng miếng sô cô la trong số ba ô vuông thành 16 miếng.
b) Đặt 4 khối vào dưới cùng của mỗi vỏ bánh tart. Đánh đều đường nâu, xi-rô ngô, trứng, bơ, vani, giấm và muối. Thìa cho vào vỏ bánh tart, đổ đầy 3/4.
c) Nướng ở 450 độ trong 12-14 phút, hoặc cho đến khi nhân bánh phồng lên và sủi bọt và bánh có màu vàng nhẹ. Dễ dàng làm mát trên giá đỡ.
d) Mưa phùn với sô cô la tan chảy.

20. Bánh tart sô cô la dừa nhỏ

Thực hiện: 36 phần ăn

THÀNH PHẦN:
- 14 oz ngọt cô đặc Sữa
- 2 muỗng canh Rượu mùi hạt dẻ hoặc nước
- 2 muỗng canh Nước
- 1 gói socola ăn liền

TRỘN PUDDING
- Gói bánh hạnh nhân mềm 13 ¾oz
- 1 cái ly Hồ đào thái nhỏ
- 2 muỗng canh Bột ca cao không đường
- ⅔ cốc kem tươi

VỎ DỪA
- Dừa nướng, tùy chọn
- Kem tươi, tùy chọn
- ⅓ cốc Bơ hoặc bơ thực vật, tan chảy

HƯỚNG DẪN:
a) Kết hợp sữa đặc có đường, rượu mùi, hoặc nước và nước.
b) Thêm hỗn hợp bánh pudding và bột ca cao. Đánh bại cho đến khi thắng.
c) Đậy nắp và làm lạnh trong 5 phút.
d) Đánh ⅔ cốc kem tươi thành bông mềm; gấp vào hỗn hợp sô cô la.
e) Ném vào lớp vỏ dừa. Làm lạnh trong 2 đến 24 giờ.
f) Trang trí thêm kem tươi và dừa nướng nếu muốn.

VỎ DỪA:
g) Trộn bánh hạnh nhân, hồ đào và bơ.
h) Nhấn 1 muỗng canh hỗn hợp vào đáy và mặt trên của 36 cốc bánh muffin 1¾" đã được bôi mỡ kỹ.
i) Nướng trong lò 375 độ trong 8-10 phút hoặc cho đến khi các cạnh có màu nâu. Để nguội trên giá đỡ.
j) thả lỏng; loại bỏ khỏi cốc.

21. Bánh sô cô la hạt dẻ

Làm cho: 8 phần ăn

THÀNH PHẦN:
- 3 muỗng canh Bột ca cao
- ¼ cốc Đường
- 4 muỗng canh Bơ
- 1 quả trứng
- 4 lạng Sô cô la đắng hoặc nửa ngọt
- ¼ thìa baking soda
- 4 muỗng canh Bơ
- 1 cái ly Xi-rô ngô đen
- ½ cốc Đường
- 3 quả trứng
- 2 muỗng canh Căn phòng tối

BỘT Sôcôla
- 1 chén Unbleach đa năng
- Chút muối

ĐỔ ĐẦY
- 2 cốc hạt phỉ nguyên hạt

HƯỚNG DẪN:
a) Rây trà thành phần khô cùng nhau ba lần.
b) Xoa bơ và làm ẩm bằng trứng .
c) Định hình thành đĩa, bọc và để trong tủ lạnh. Nấu nhân Sôcôla-Hazelnut.
d) Đặt hạt phỉ lên chảo nướng và nướng ở nhiệt độ 350 độ F cho đến khi vỏ hạt dẻ rời ra và dễ dàng bong ra trong khoảng 10 phút. Chà quả phỉ trong một chiếc khăn để loại bỏ vỏ.
e) Cắt thô hạt phỉ bằng tay hoặc bằng máy xay thực phẩm. Kết hợp sô cô la với bơ trong một cái bát. Đun sôi một chảo nước nhỏ và tắt lửa.
f) Đặt bát sô cô la và bơ trên nước nóng và khuấy cho tan chảy. Kết hợp xi-rô ngô và đường trong chảo. Đun sôi hoàn toàn trên lửa vừa.

g) Tắt bếp và khuấy trong hỗn hợp sô cô la. Đánh trứng và muối với rượu rum tùy chọn. Đánh hỗn hợp sô cô la, chú ý không đánh quá kỹ. Lắp ráp.

h) Nhẹ bột bề mặt làm việc và bột. Cán bột thành đĩa có đường kính 14 inch, dày ⅛ inch.

i) Lót bột vào khuôn bánh tart 10 inch, cắt bỏ phần thừa.

j) Cho hạt phỉ đã cắt nhỏ vào trộn đều rồi đổ nhân vào chảo. Nướng bánh. Nướng ở nhiệt độ 350 độ F cho đến khi nhân chín và vỏ bánh được nướng trong khoảng 40 phút. Giữ. Bảo quản bánh tart ở nhiệt độ phòng trong tối đa 2 ngày.

22. Bánh tart sô cô la mascarpone hạt

Làm cho: 1 khẩu phần

THÀNH PHẦN:
- 1 cái ly bột mì đa dụng
- ¾ cốc đường hạt
- ½ muỗng cà phê Muối
- 1 cái ly Bột ca cao kiềm hóa không đường
- 6 ounce Bơ không muối ướp lạnh cắt thành miếng ½-inch
- 4 lớn Lòng đỏ trứng
- 6 ounce Sô cô la đắng; Thái nhỏ
- 1 cái ly Kem chua
- 1 cái ly Kem béo
- ½ cốc Đường cát; đã chia ra
- 2 lớn trứng
- 4 lớn Lòng đỏ trứng
- 2 thìa cà phê Bột ngô
- 8 giống beo phô mai mascarpone
- ¾ cốc Kem béo
- 4 lạng hạt dẻ xay nhuyễn
- ½ cốc đường bánh kẹo
- 1 muỗng cà phê Tinh dầu vanilla

HƯỚNG DẪN:
a) Trong một bộ xử lý thực phẩm được trang bị lưỡi cắt kim loại, kết hợp bột mì, đường, muối và bột ca cao. Xung máy tám đến chín lần để pha trộn. Rắc bơ lên hỗn hợp bột và đập máy cho đến khi bơ được cắt vào bột và hỗn hợp giống như bột thô.
b) Thêm lòng đỏ và chỉ tiếp tục xử lý theo nhịp bật/tắt cho đến khi hỗn hợp được trộn đều và các hạt bắt đầu kết dính với nhau. Cạo bột lên một bề mặt làm việc và nặn nó thành một quả bóng. Làm phẳng nó thành một cái đĩa và bọc nó trong màng bọc thực phẩm. Làm lạnh trong 1 giờ.
c) Đặt một cái giá ở giữa lò và làm nóng trước đến 350 độ F.
d) Lấy đĩa ướp lạnh ra khỏi tủ lạnh. Đặt bột vào giữa hai miếng màng bọc thực phẩm và cán bột thành hình tròn nhỏ. Nhấc và

xoay bột 1/4 vòng sau mỗi lần cuộn. Tiếp tục lăn cho đến khi hình tròn có đường kính khoảng 14 inch và dày khoảng ⅛ inch. Tháo lớp bọc nhựa trên cùng.

e) Cẩn thận lăn bột xung quanh cây lăn và chuyển nó vào khuôn tart có rãnh 12 inch có đáy có thể tháo rời. Bỏ bột vào chảo. Nhấc các cạnh của bột và nhẹ nhàng ấn bột vào đáy và lên các mặt của chảo. Cắt bỏ phần bột thừa. Làm lạnh bột trong 20 đến 30 phút, cho đến khi cứng lại.

f) Nướng vỏ bánh tart trong 20 đến 30 phút hoặc cho đến khi đông lại. Đặt trên giá dây và để nguội hoàn toàn.

KEM SOCOLA:

g) Đặt sô cô la xắt nhỏ vào một cái bát và đặt sang một bên.

h) Trong một cái chảo vừa không bị ăn mòn, hãy đun sôi kem chua, kem nặng và ¼ chén đường trên lửa vừa và cao.

i) Trong một cái bát bằng máy đánh trứng cầm tay, đánh trứng, lòng đỏ trứng, bột ngô và ¼ cốc đường còn lại ở tốc độ trung bình cho đến khi nhạt màu. Đánh một phần ba hỗn hợp kem nóng vào hỗn hợp trứng và cho toàn bộ hỗn hợp trở lại chảo.

j) Nấu trên lửa vừa và cao trong khi liên tục khuấy bằng máy đánh trứng trong 3 đến 5 phút hoặc cho đến khi đặc. Đổ hỗn hợp đặc lên trên sô cô la dành riêng và đánh cho đến khi kết hợp.

k) Cạo hỗn hợp vào lớp vỏ đã chuẩn bị và làm phẳng mặt trên bằng thìa cao su. Làm lạnh trong tủ lạnh trong 2 giờ.

MASCARPONE TRÊN:

l) Trong một bát 4½ lít của máy trộn điện hạng nặng, sử dụng phụ kiện roi điện, kết hợp mascarpone, kem nặng, hạt dẻ nghiền nhuyễn, đường bánh kẹo và vani.

m) Đánh ở tốc độ trung bình cao cho đến khi hình thành các đỉnh mềm. Cho hỗn hợp vào túi đựng bánh ngọt có gắn đầu ngôi sao vừa và ống có hình vỏ sò bao phủ mặt trên của bánh tart đã ướp lạnh.

n) Làm lạnh tart trong 1 giờ trước khi phục vụ.

23. Bánh tart sô cô la thu nhỏ

Thực hiện: 50 phần ăn

THÀNH PHẦN:
- 2¼ cốc bột mì đa dụng
- ¾ cốc Bơ thực vật
- ⅓ cốc đường bánh kẹo
- ⅔ cốc Chip semisweet sô cô la
- 2 muỗng canh Bơ thực vật
- ½ cốc Đường
- ½ cốc Si rô Bắp
- 2 trứng
- ¼ cốc Hồ đào, xắt nhỏ
- 1 cái ly dừa khô

HƯỚNG DẪN:
a) Trộn bột mì, ¾ cốc bơ thực vật và đường bột. Ấn đều khoảng 1 thìa cà phê bánh ngọt vào đáy và thành của những chiếc cốc muffin nhỏ chưa phết dầu mỡ.
b) Làm tan chảy vụn sô cô la và 2 muỗng canh bơ thực vật trong nồi hơi đôi trên nước sôi cho đến khi vụn sô cô la và bơ thực vật tan chảy; loại bỏ nhiệt.
c) Trộn đường và xi-rô; đập trứng vào.
d) Múc 1 đến 2 thìa cà phê hỗn hợp sô cô la vào mỗi vỏ bánh tart và chỉ đổ đầy ¾ vỏ.
e) Rắc hồ đào và dừa.
f) Nướng trong lò 350 độ đã làm nóng trước trong 20 đến 25 phút.
g) Để nguội trong vài phút.
h) Cẩn thận lấy ra khỏi cốc muffin bằng đầu dao. Để nguội hoàn toàn. Phủ kem ngọt lên trên nếu muốn.

24. Bánh tart sô cô la với quả mâm xôi

Thực hiện: 6 phần ăn

THÀNH PHẦN:
- 1 cái ly Bột mì, đa dụng
- ½ cốc Đường, hạt
- ½ cốc Bột ca cao
- 3 lạng Bơ; ướp lạnh
- 1 trứng
- 6 ounce Sô cô la bán nguyệt; băm nhỏ
- 2 tách kem tươi
- 3-4 chén quả mâm xôi

HƯỚNG DẪN:
BÁNH Sôcôla:
a) Kết hợp bột mì, đường và ca cao trong bát của một bộ xử lý thực phẩm.
b) Xung 2 hoặc 3 lần để sục khí. Cắt bơ thành miếng và phân phối trên bột.
c) Khi động cơ đang chạy, thả toàn bộ quả trứng vào qua ống cấp liệu.
d) Xử lý rất nhanh - đừng để bột kết lại với nhau, nếu không bánh ngọt của bạn sẽ bị dai.
e) Lấy bột ra khỏi bát làm việc và đặt sang một bên ở nhiệt độ phòng cho đến khi làm đầy.

ĐIỀN TRuffle:
f) Đặt sô cô la đã cắt nhỏ vào một cái bát cỡ vừa và đun sôi kem ở nhiệt độ trung bình cao.
g) Đổ sô cô la và đánh cho đến khi tất cả sô cô la tan chảy. Bọc bằng bọc nhựa và làm lạnh cho đến khi nhìn thấy.
h) Làm nóng lò ở 375F. Dùng tay làm bánh ngọt sô cô la và ấn vào khuôn bánh tart có đáy có thể tháo rời; cố gắng để có được một độ dày thậm chí. Thư giãn trong 20 phút. Dùng nĩa chọc vào đáy bánh.
i) Nướng trong lò làm nóng trước trong 20 đến 25 phút. Để nguội hoàn toàn. tan băng

CUỘC HỌP:

j) Nhẹ nhàng lấy bánh tart ra khỏi chảo và đặt lên đĩa. Dùng thìa múc nhân nấm truffle đổ vào vỏ và làm nhẵn bề mặt. Xếp quả mâm xôi lên trên theo hình tròn đồng tâm.

25. Bánh nam việt quất và sô cô la trắng

Làm cho: 1 phần ăn

THÀNH PHẦN:
- 2½ cốc Nham lê; tươi hoặc đông lạnh và rã đông
- ½ cốc Nước ép cam tươi
- ½ cốc Đường
- 1 cái ly Hạnh nhân chần
- 1⅔ cốc Bột mì đa dụng chưa tẩy trắng
- ½ cốc Đường
- ½ muỗng cà phê Bột nở
- 1 muỗng cà phê bột quế
- ¼ thìa cà phê chùy đất
- ½ cân Anh Bơ lạnh không ướp muối; cắt thành 16 miếng
- 1 lớn trứng
- 1 lớn Lòng đỏ trứng
- 1 muỗng cà phê Tinh dầu vanilla
- 6 ounce Socola trắng; băm nhỏ
- Đường mịn; để phủi bụi

HƯỚNG DẪN:
a) Nấu quả nam việt quất, nước cam và đường trong một cái chảo vừa trên lửa vừa cho đến khi hỗn hợp sôi.

b) Giảm nhiệt xuống mức trung bình thấp và đun nhỏ lửa, thỉnh thoảng khuấy, cho đến khi chất lỏng trở nên đặc và giống như xi-rô, khoảng 10 phút. Hỗn hợp nam việt quất sẽ có độ đặc giống như mứt. Đặt sang một bên để nguội hoàn toàn, khoảng 30 phút. Hỗn hợp sẽ đặc lại thành mứt cứng khi nguội.

c) Đặt một giá nướng ở giữa lò và làm nóng lò ở 350 độ. Bơ một chảo dạng lò xo 9 inch.

d) Trong bát của máy trộn điện, kết hợp hạnh nhân, bột mì, đường, bột nở, quế và chùy. Trộn ở tốc độ thấp chỉ để trộn các thành phần, khoảng 10 giây. Thêm bơ và trộn cho đến khi hầu hết các miếng bơ có kích thước bằng hạt đậu, khoảng 1 phút. Hỗn hợp sẽ trông như vụn và các mảnh vụn sẽ có kích thước khác nhau.

e) Với máy trộn đang chạy, thêm trứng, lòng đỏ trứng và vani. Trộn cho đến khi hỗn hợp dính vào nhau và kéo ra khỏi thành bát, khoảng 30 giây. Dự trữ 1 cốc hỗn hợp để làm lớp phủ lưới và để trong tủ lạnh trong khi bạn chuẩn bị vỏ bánh.

f) Nhấn đều phần bột còn lại trên đáy và 1¼ inch lên các mặt của chảo đã chuẩn bị. Rắc đều sô cô la trắng lên trên vỏ bánh. Sử dụng thìa kim loại mỏng để trải đều hỗn hợp nam việt quất đã nguội lên trên sô cô la trắng.

g) Lấy bột dự trữ ra khỏi tủ lạnh. Sử dụng khoảng 2 muỗng canh bột cho những sợi dây dài nhất và ít hơn cho những sợi dây ngắn hơn, lăn các miếng bột qua lại để tạo thành những sợi bột có đường kính khoảng ½ inch. Nếu dây bị đứt, hãy kẹp chúng lại với nhau.

h) Đặt một sợi dây dài 9 inch ở giữa bánh tart. Đặt các sợi dây cách nhau khoảng 2 inch, đặt một sợi dây dài khoảng 8 inch ở hai bên của sợi dây trung tâm. Đặt một sợi dây dài khoảng 4 ½ inch gần mỗi đầu của bánh tart. Bạn sẽ có 5 sợi dây bột vắt ngang mặt bánh tart.

i) Xoay khuôn bánh tart một nửa vòng và đặt thêm 5 sợi dây thừng đều trên đỉnh của chiếc bánh tart để tạo thành hình mắt cáo. Nướng bánh tart cho đến khi mặt trên có màu vàng nâu, khoảng 1 giờ. Làm nguội bánh thật kỹ trong chảo. Rắc đường bột trước khi ăn.

26. Bánh kem sô cô la đôi

Thực hiện: 12 phần ăn

THÀNH PHẦN:
- 1 cái ly bột mì đa dụng; đã chia ra
- ¼ cốc Nước đá
- 1 muỗng canh Vanilla; đã chia ra
- ¾ cốc ca cao không đường; đã chia ra
- 2 muỗng canh Đường
- ¼ thìa cà phê Muối
- ¼ cốc rút ngắn rau
- bình xịt nấu ăn
- 14 ounce sữa đặc có đường không béo
- 6 ounce ⅓ pho mát kem ít béo; làm mềm
- 1 lớn trứng
- 1 lớn Lòng trắng trứng
- 1½ cốc Topping giảm calo đông lạnh; rã đông
- 1 ounce Sô cô la bán nguyệt; Thái nhỏ

HƯỚNG DẪN:
a) Làm nóng lò nướng ở nhiệt độ 350°. Kết hợp ¼ cốc bột mì, nước đá và 1 thìa cà phê vani, dùng máy đánh trứng khuấy đều cho đến khi hòa quyện; để qua một bên.
b) Trộn ¾ cốc bột mì, ¼ cốc ca cao, đường và muối vào tô; cắt ngắn bằng máy xay bánh ngọt hoặc 2 con dao cho đến khi hỗn hợp giống như một bữa ăn thô.
c) Thêm hỗn hợp nước đá; quăng bằng nĩa cho đến khi ẩm và vụn.
d) Nhẹ nhàng ấn hỗn hợp thành hình tròn 4 inch trên bọc nhựa chịu lực; bọc bằng bọc nhựa bổ sung.
e) Cán bột, vẫn còn phủ, thành hình tròn 13 inch.
f) Cho bột vào tủ đông trong 30 phút hoặc cho đến khi có thể dễ dàng tháo màng bọc thực phẩm.
g) Tháo tấm bọc nhựa trên cùng; cho bột vừa vặn, úp mặt không đậy nắp xuống, vào một chiếc khuôn tròn có đáy có thể tháo rời 10 inch được tráng bằng bình xịt nấu ăn.
h) Tháo tấm bọc nhựa còn lại. Gấp các cạnh.

i) Dùng nĩa đâm vào đáy và các mặt của bột; nướng ở 350° trong 4 phút.

j) Làm mát trên giá dây. Đặt chảo tart lên khay nướng; để qua một bên.

k) Đánh ½ cốc ca cao và sữa ở tốc độ trung bình của máy trộn cho đến khi hòa quyện.

l) Thêm phô mai; đánh bại tốt. Thêm 2 thìa cà phê vani, trứng và lòng trắng trứng; chỉ đánh cho đến khi mịn.

m) Đổ hỗn hợp vào vỏ bánh; nướng ở 350 ° trong 25 phút hoặc cho đến khi được thiết lập.

n) Trải topping đã đánh bông lên trên bánh tart; rắc sô cô la xắt nhỏ.

27. Bánh tart sô cô la béo ngậy

Thực hiện: 12 phần ăn

THÀNH PHẦN:
- 8 ounce sô cô la đắng; chia thành nhiều mảnh
- ⅓ cốc Margarine hoặc bơ
- 2 lớn trứng; ở nhiệt độ phong
- 1 muỗng cà phê Tinh dầu vanilla
- ⅓ cốc đường hạt
- ¾ cốc bột mì đa dụng
- ¼ thìa cà phê Muối
- 4 lạng phô mai mascarpone; ở nhiệt độ phong

HƯỚNG DẪN:
a) Đậm đà thú vị, món tráng miệng lễ hội này có kết cấu giống như bánh hạnh nhân được làm nổi bật với pho mát mascarpone ngọt ngào, béo ngậy.

b) Làm nóng lò trước ở 350 độ. Mỡ chảo tart 9 inch có đáy có thể tháo rời; để qua một bên.

c) Trong một cái chảo nặng nhỏ, đun chảy sô cô la và bơ thực vật trên lửa nhỏ, khuấy thường xuyên. Loại bỏ nhiệt.

d) Trong một cái bát, đánh trứng và vani bằng máy trộn điện ở tốc độ trung bình trong 30 giây. Dần dần đánh trong đường; đánh trong 1 phút. Đánh vào hỗn hợp sô cô la, cạo xuống các cạnh của bát một lần. Đánh bột mì và muối ở tốc độ thấp cho đến khi hòa quyện. Trải đều bột trong chảo đã chuẩn bị.

e) Cho phô mai vào tô và dùng nĩa khuấy đều. Thả ngẫu nhiên từng thìa cà phê lên bề mặt bột sô cô la. Sử dụng một con dao sắc, khuấy hỗn hợp phô mai vào hỗn hợp sô cô la để tạo hiệu ứng cẩm thạch.

f) Nướng cho đến khi trung tâm vừa được thiết lập, 20 đến 25 phút. Lấy chảo ra giá dây và để nguội hoàn toàn. Bọc bánh tart bằng màng bọc thực phẩm; đặt trong một túi đông lạnh bằng nhựa lớn và đóng băng trong tối đa 6 tuần trước khi ăn.

g) Rã đông hoàn toàn ở nhiệt độ phòng. Lấy ra khỏi chảo tart.

h) Cắt thành hình nêm và phục vụ.

28. Trái cây tươi và bánh sô cô la

Làm cho: 8 phần ăn

THÀNH PHẦN:
- 1¼ cốc Bột mì
- 4 lạng Bơ dính; làm mềm
- 3 muỗng canh Đường
- 1 muỗng cà phê Tinh dầu vanilla
- ¼ cốc Hồ đào hoặc quả óc chó thái nhỏ
- 1 cái ly Sôcôla sữa chip
- ⅓ cốc Kem chua
- Trái cây tươi theo mùa
- 3 muỗng canh mơ hoặc không hạt
- Mứt mâm xôi

HƯỚNG DẪN:
a) Làm nóng lò ở 400°F.
VỎ TRÁI ĐẤT
Trong một cái bát, kết hợp bột mì, bơ, đường, ½ muỗng cà phê vani và quả hồ đào. Trộn bằng nĩa cho đến khi hỗn hợp giống như vụn mịn. Nhào cho đến khi bột giữ lại với nhau.

b) Ấn bột chắc và đều vào đáy và các mặt của khuôn bánh tart kim loại có rãnh 9½ inch có đáy có thể tháo rời.

c) Nướng trong 14 đến 16 phút, hoặc cho đến khi vàng. Hơi mát.
ĐỔ ĐẦY
d) Trong cốc thủy tinh có dung tích 2 cốc, đun nóng vụn sô cô la trong lò vi sóng ở chế độ Cao trong khoảng 1 phút hoặc cho đến khi tan chảy hoàn toàn và mịn khi khuấy. Khuấy kem chua và ½ muỗng cà phê vani còn lại.

e) Trải đều nhân lên trên lớp vỏ đã nguội. Làm lạnh trong 2 đến 3 giờ, hoặc qua đêm.

f) Khoảng 1 giờ trước khi ăn, cắt đào, xuân đào, kiwi hoặc dưa đỏ thành lát hoặc hình lưỡi liềm; để ráo trái cây trên khăn giấy nếu cực kỳ ngon ngọt. Sắp xếp theo hình tròn đồng tâm hoặc các thiết kế khác trên lớp nhân sô cô la.

g) Đổ đầy nho và quả mọng cho đến khi phần trên được bao phủ hoàn toàn bằng trái cây. Làm nóng mứt trong lò vi sóng hoặc trên lửa nhỏ cho đến khi tan chảy. Chải mứt trên trái cây. Làm lạnh cho đến khi phục vụ thời gian.

h) Ngay trước khi phục vụ, hãy tháo mặt chảo và đặt bánh tart lên đĩa phục vụ.

29. bánh sô cô la cay

Làm cho: 1 khẩu phần

THÀNH PHẦN:
- 1 cái ly Bột mì đa dụng chưa tẩy trắng
- 2 muỗng canh Bột ca cao
- ¼ cốc Đường
- 1 nhúm Muối
- ½ muỗng cà phê Bột nở
- 4 muỗng canh Bơ không muối
- 1 lớn trứng
- ⅓ cốc Nước
- ⅓ cốc Đường
- ½ Thanh bơ không muối
- 6 ounce sô cô la Semisweet
- 3 lớn trứng
- 1 muỗng cà phê bột quế
- ½ muỗng cà phê đinh hương đất

HƯỚNG DẪN:
a) Đối với bột: Cho bột mì vào tô và rây bột ca cao lên trên. Khuấy đường, muối và bột nở. Cho bơ mịn vào, để hỗn hợp nguội và có dạng bột. Đánh trứng và khuấy nó vào bột. Nhấn bột lại với nhau và bọc và làm lạnh nó.
b) Làm nóng lò ở 350 độ và đặt giá đỡ ở một phần ba dưới của lò. Trên một bề mặt đã được rắc bột, lăn bột và lót một khuôn bánh tart 10 inch đã phết bơ. Để qua một bên.
c) Trong một cái chảo, trên lửa vừa, đun sôi đường và nước. Cho bơ vào và tiếp tục đun để bơ tan chảy. Tắt lửa đánh trong sô cô la cắt mịn. Đánh trứng với gia vị, sau đó đánh trong hỗn hợp sô cô la. Đổ vào vỏ tart.
d) Nướng trong khoảng 30 phút, cho đến khi nở đều và chắc. Để nguội trên giá đỡ.
e) Lấy bánh tart ra và dùng với kem ngọt.

30. Bánh mousse sô cô la trắng dâu tây

Làm cho: 8 phần ăn

THÀNH PHẦN:
BÁNH NGỌT:
- 1¾ cốc Bột tẩy trắng
- ¼ cốc Màu nâu nhạt được đóng gói chắc chắn Đường
- 2½ thìa cà phê Vỏ cam bào
- ⅛ muỗng cà phê Muối
- 1¾ Bơ không ướp muối dạng que
- 1½ muỗng canh Nước ép cam tươi
- 1 Lòng đỏ trứng
- 1 muỗng cà phê Tinh dầu vanilla
- 2 ounce sô cô la trắng

BÚP BÊ:
- 6 ounce sô cô la trắng
- ¼ cốc Kem béo
- 1 lớn Lòng trắng trứng
- 1 muỗng canh Đường
- ½ cốc Whipping Cream, đánh bông
- 2 muỗng canh Grand Marnier
- 1 lớn Dâu tây, có cuống
- 25 lớn Dâu tây, đọ sức
- ½ cốc Mứt dâu tây

HƯỚNG DẪN:

a) Đối với bánh ngọt: Trộn 4 thành phần đầu tiên trong một cái bát. Thêm bơ và cắt vào hỗn hợp cho đến khi nó giống như một bữa ăn ngon. Trộn nước cam với lòng đỏ trứng và vani. Thêm đủ hỗn hợp nước trái cây để làm khô các nguyên liệu để tạo thành một quả bóng kết hợp với nhau.

b) Tập hợp bột thành một quả bóng và làm phẳng nó thành một hình tròn khoảng 12 inch.

c) Đặt giá ở giữa lò và làm nóng trước ở 375 độ.

d) Lăn bột ra giữa các tấm màng bọc thực phẩm có độ dày ⅛ inch. Cắt thành hình tròn 11 inch.

e) Tháo màng bọc thực phẩm ở trên và đảo ngược thành chảo dạng lò xo tròn 10 inch có đáy có thể tháo rời. Tháo màng bọc thực phẩm và ấn vào mặt dưới và mặt trên của chảo... gấp nếp các cạnh trên.

f) Đóng băng trong 15 phút. Lót lớp vỏ bánh tart bằng giấy nhôm và thêm khối lượng bánh hoặc đậu.

g) Nướng cho đến khi các mặt được thiết lập - khoảng 10 phút.

h) Loại bỏ giấy bạc và trọng lượng. Nướng lớp vỏ cho đến khi vàng nâu - khoảng 16-20 phút.

i) Rắc hai ounce sô cô la trắng lên lớp vỏ nóng. Dễ dàng đứng trong khoảng 1 phút.

j) Sử dụng mặt sau của thìa, phết sô cô la lên đáy và các mặt.

k) Chuyển đến một cái giá để nguội.

31. Món tráng miệng sô cô la của Thụy Điển

Thực hiện: 6 phần ăn

THÀNH PHẦN:
- 2¼ cốc Bột mì đa dụng tốt nhất của Pillsbury
- ½ cốc Đường
- ⅓ cốc Ca cao
- ½ muỗng cà phê Bột nở tác dụng kép
- ½ muỗng cà phê Muối
- ¾ cốc Bơ
- 1 Trứng; hơi bị đánh
- 1 muỗng canh Sữa-Filling
- 1 trứng
- ¼ cốc Đường
- ¼ cốc Bột mì đa dụng tốt nhất của Pillsbury
- 1 cái ly Sữa
- 1 muỗng cà phê vani Pháp
- ½ cốc Kem tươi -Cho nhân sô cô la---
- 3 muỗng canh Ca cao
- 3 muỗng canh Đường -Chocolate Icing---
- 2 muỗng canh Bơ; tan chảy
- 2 muỗng canh Ca cao
- ½ cốc đường bánh kẹo
- 1 Lòng đỏ trứng
- ¼ thìa cà phê vani Pháp

HƯỚNG DẪN:
a) Nướng ở 375 độ trong 12 đến 15 phút.
b) Rây bột mì, đường, ca cao, bột nở và muối.
c) Cắt bơ cho đến khi các hạt có kích thước bằng hạt đậu nhỏ.
d) Thêm 1 quả trứng đánh nhẹ và 1 hai thìa sữa; trộn bằng nĩa hoặc máy xay bánh ngọt.
e) Đặt trên một tấm nướng lớn không mỡ.
f) Dùng cây lăn bột lăn bột ra khay nướng thành hình chữ nhật 15 x 11 inch.

g) Cắt các cạnh bằng dao hoặc bánh ngọt. Cắt thành ba hình chữ nhật 11 x 5 inch.

h) Nướng trong lò vừa phải, 375 độ, trong 12 đến 15 phút.

i) Để nguội trên khay nướng. Nới lỏng cẩn thận bằng thìa.

j) Xếp chồng các lớp lên trên tấm bìa cứng có phủ giấy nhôm, rải chất độn giữa các lớp cách mép trong vòng ¼ inch.

k) Đầu băng giá. nếu muốn, trang trí với hạnh nhân cắt lát nướng. Làm lạnh cho đến khi sương giá đã được thiết lập.

l) Bọc lỏng lẻo trong giấy nhôm; thư giãn qua đêm.

ĐỔ ĐẦY:

m) Đánh 1 quả trứng cho đến khi nhẹ và mịn.

n) Dần dần thêm đường, đánh liên tục cho đến khi dày và nhẹ. Pha trộn trong bột mì.

o) Dần dần thêm sữa đã đun sôi lên trên nồi hơi đôi.

p) Đưa hỗn hợp trở lại nồi hơi đôi. Nấu qua nước sôi, khuấy liên tục cho đến khi đặc và mịn. Thêm vani; mát mẻ.

q) Đánh ½ chén kem tươi cho đến khi đặc và cho vào phần nhân.

r) Kết hợp ½ cốc kem đánh bông, ca cao và đường. Đánh cho đến khi dày.

LỚP PHỦ SÔ CÔ LA:

s) Kết hợp bơ tan chảy, ca cao, đường bánh kẹo, lòng đỏ trứng và vani. Đánh bại cho đến khi thắng.

32. Bánh kem chuối socola trắng

Làm cho: 8 phần ăn

THÀNH PHẦN:
- ½ chén bơ không ướp muối, nhiệt độ phòng
- 6 muỗng canh Đường
- 1 lớn trứng
- 1 cái ly Thêm 6 T bột mì đa dụng
- 3 lớn Lòng đỏ trứng
- 2 muỗng canh Đường
- 2 muỗng canh Bột ngô
- 1 cái ly Sữa
- ½ Đậu vani chẻ dọc
- 3 lạng Socola trắng nhập khẩu thái nhỏ
- 1 muỗng canh Bơ không muối
- ½ cốc Kem lạnh
- 3 chuối bóc vỏ
- 1½ muỗng canh rượu chuối
- 1 muỗng canh nước cốt chanh tươi
- 4 lạng Sôcôla trắng nhập khẩu, bào bằng máy gọt rau củ

HƯỚNG DẪN:
BÁNH NGỌT:
a) Dùng máy đánh trứng, đánh bơ và đường trong tô cho đến khi hòa quyện.
b) Thêm trứng; đánh cho đến khi hòa quyện. Thêm bột và đánh trong 2 phút.
c) Tập hợp bột thành một quả bóng và làm phẳng nó vào đĩa.
d) Bọc trong nhựa và làm lạnh trong 3 giờ.
e) Làm nóng lò ở 375'F. Lăn bột trên bề mặt đã được rắc bột thành hình tròn có đường kính 12 inch.
f) Chuyển sang chảo tart có đường kính 9 inch với đáy có thể tháo rời.
g) Cắt bỏ lớp vỏ, để lại phần nhô ra ¼ inch. Dự trữ phế liệu bánh ngọt.

h) Gấp các cạnh trên hai mặt tạo thành hai mặt dày. Đóng băng trong 15 phút. Lót bánh ngọt bằng giấy bạc.

i) Đổ đầy đậu khô hoặc trọng lượng bánh. Nướng trong 15 phút. Loại bỏ giấy bạc và đậu.

j) Sửa chữa bất kỳ vết nứt nào bằng phế liệu bánh ngọt dành riêng. Nướng cho đến khi vàng, khoảng 20 phút.

k) Để nguội hoàn toàn.

ĐỔ ĐẦY:

l) Đánh lòng đỏ, đường và bột ngô trong một cái bát cho đến khi kết hợp.

m) Đổ sữa vào chảo nặng. Cạo hạt từ đậu vani; thêm đậu.

n) Mang hỗn hợp trên vào đun sôi.

o) Đánh hỗn hợp sữa vào hỗn hợp trứng.

p) Cho hỗn hợp trở lại cùng một cái chảo và đun sôi, khuấy liên tục. Lọc vào một cái bát.

q) Thêm 3 ounce sô cô la trắng cắt nhỏ và bơ; khuấy cho đến khi tan chảy. Che và làm lạnh trong ít nhất 3 giờ.

r) Đánh kem tươi trong tô đến bông cứng. Gấp vào kem bánh ngọt sô cô la trắng. Cắt chuối thành lát dày ¼ inch.

s) Chuyển sang một cái bát; thêm rượu mùi và nước chanh và quăng. Gấp chuối vào kem bánh ngọt. Cho nhân thìa vào vỏ bánh tét, cho nhân vào giữa.

t) Trên cùng với vụn sô cô la. Làm lạnh ít nhất 1 giờ và tối đa 6 giờ.

33. Bánh tart sô cô la đen độc ác

Làm cho: 1 khẩu phần

THÀNH PHẦN:
- 250 gram bơ không ướp muối
- 125 gram đường vani
- 250 gram bột mì
- 125 gam Bột báng
- 180 gram sô cô la đen đắng
- 5 muỗng canh rượu cô nhắc
- 4 trứng
- 3 muỗng canh Bột ngô
- 400 gram đường cát
- 600 ml kem đơn
- 1 vỏ vani
- 125 gram bơ không ướp muối

HƯỚNG DẪN:
a) Làm nóng lò ở 180C/khí 4. Chuẩn bị bánh ngắn. Kem bơ và đường vani trong một cái bát cho đến khi nhẹ và mịn.
b) Trộn bột mì và semolina. Dần dần thêm bơ vào cho đến khi bột nhão được hình thành. Nhào bột cẩn thận và nhẹ nhàng cho đến khi bột kết dính với nhau và bề mặt mịn. Cán mỏng thành dòng 6 hộp bánh tart 4 inch có đáy rời. Căn cứ chích. Thư giãn tốt trong một giờ. Lót giấy bạc và nướng đậu.
c) Nướng các hộp bánh ngọt trong khoảng 20 phút hoặc lâu hơn trong lò đã làm nóng trước cho đến khi bánh chín. Lấy đậu và giấy bạc ra và tiếp tục sấy khô trong lò nếu cần. Chuẩn bị nhân sô cô la. Cắt sô cô la thành hình vuông. Đặt trong một cái bát trên chảo nước hoặc nồi hơi đôi. Thêm rượu cognac vào sô cô la.
d) Đun nóng nhẹ cho đến khi sô cô la tan chảy. Đánh trứng trong một cái bát. Trộn bột ngô và đường và thêm một ít kem, nếu cần.
e) Đun nóng phần kem còn lại trong nồi với vỏ vani cho đến khi gần sôi.
f) Khuấy kem nóng vào hỗn hợp trứng trộn.

g) Rửa sạch chảo kem trong nước lạnh. Trả lại hỗn hợp để thanh toán và thêm sô cô la tan chảy. Nấu nhẹ nhàng, khuấy liên tục cho đến khi hỗn hợp đặc lại và bột ngô chín. Nếm hỗn hợp để kiểm tra xem nó có bột không. Quá trình này sẽ mất từ 6-8 phút. Loại bỏ vỏ vani.

h) Làm mát một chút. Làm mềm bơ và để nguội. Đánh bơ mềm vào nhân sô cô la. Đổ vào bánh tart ướp lạnh và để nguội.

i) Khi nguội, làm lá sô cô la với một ít sô cô la tan chảy và dùng chúng để trang trí bánh tart.

bánh tart hải sản

34. Bánh tart hải sản Alaska

Thực hiện: 6 phần ăn

THÀNH PHẦN:
- 418 gram cá hồi hồng Alaska đóng hộp
- 350 gram bánh bột lọc gói
- 3 muỗng canh dầu óc chó
- 15 gram bơ thực vật
- 25 gram bột mì
- 2 muỗng canh sữa chua Hy Lạp
- 175 gram que hải sản; băm nhỏ
- 25 gram quả óc chó, xắt nhỏ
- 100 gram Phô mai Parmesan HOẶC Cheddar bào

HƯỚNG DẪN:
a) Làm nóng lò trước ở nhiệt độ 80 C, 350 F, Dấu gas 4. Thoa nhẹ 8 đĩa bánh ngọt riêng lẻ hoặc bát bánh pudding chịu nhiệt.

b) Để ráo lon cá hồi và pha nước dùng đến 200ml/7fl.ounces với nước kho cá. Đánh vảy cá hồi. Để qua một bên.

c) Phết dầu lên từng tờ bột giấy và gấp thành mười sáu ô vuông có kích thước 12,5 cm / 5 inch. Đặt một hình vuông vào mỗi đĩa bánh để các góc nhọn nhô ra ngoài mép.

d) Phết dầu, sau đó đặt miếng bánh ngọt hình vuông thứ hai lên trên miếng bánh thứ nhất, nhưng với các góc hướng lên trên giữa những miếng bánh ban đầu để tạo hiệu ứng hoa súng. Chải kỹ các điểm bằng dầu sau đó nướng trong 5 phút để bánh cứng lại nhưng không có màu nâu. Lấy nó ra khỏi lò.

e) Giảm nhiệt độ lò nướng xuống 150 C, 300 F, Vạch gas 2. Đun chảy bơ thực vật và khuấy bột mì. Cho nước kho cá vào trộn đều, đánh đều để loại bỏ vón cục. Khuấy sữa chua, que hải sản, quả óc chó và cá hồi bào vào nước sốt và chia đều cho 8 hộp bánh ngọt.

f) Rắc vụn bánh mì lên trên, sau đó quay trở lại lò nướng để làm nóng trong 5-8 phút hoặc cho đến khi pho mát và bánh ngọt chuyển sang màu nâu vàng. Phục vụ ngay lập tức.

35. Bánh tart tôm và phô mai cay

Thực hiện: 6 phần ăn

THÀNH PHẦN:
- 1 bột bánh cơ bản tự làm hoặc chuẩn bị, ướp lạnh
- 3 muỗng canh bơ
- ¼ cốc ớt đỏ thái hạt lựu
- ½ cốc Hành xắt hột lựu
- 3 muỗng canh florua
- 1 bảng đuôi tôm
- 1 cái ly hạt tiêu cay pho mát Monterey jack
- 2 muỗng canh hành lá xắt nhỏ
- 1 muối; hai phím
- 1 ớt cayenne; hai phím

HƯỚNG DẪN:
a) Làm nóng lò trước ở 350 độ. Trên một bề mặt rắc bột, lăn bột thành hình tròn 10 inch. Chuyển sang một tờ cookie lớn được bôi mỡ nhẹ.
b) Trong chảo xào bơ làm tan chảy. Khi nó bắt đầu nổi bọt, thêm ớt đỏ và hành tây, nấu trong 2 phút. Thêm bột và nấu, khuấy, trong 3 phút. Thêm con tôm và nấu thêm 2 phút nữa. Tắt bếp và cho phô mai và hành lá vào.
c) Nêm nếm với muối và cayenne. Đắp hỗn hợp tôm vào giữa hình tròn bánh ngọt, để lại đường viền bánh ngọt từ 2 đến 3 inch. Gấp phần bánh thừa lên trên phần nhân, xếp nhiều lớp nhưng không phủ hoàn toàn phần nhân. Làm việc xung quanh vòng tròn, tiếp tục gấp trên nếp gấp trước đó, cho đến khi nó tạo thành một chiếc bánh tart mộc mạc, tự do.
d) Trượt tấm cookie vào lò nướng và nướng trong 35 phút.

36. Bánh tart sò điệp và phô mai xanh

Làm cho: 1 khẩu phần

THÀNH PHẦN:
- 6 lớn Con sò
- số 8 hành tây đỏ
- 6 oz Phô mai xanh
- 2 oz phô mai Mascarpone
- 1 Lòng đỏ trứng
- 4 oz Lá rau bina
- Giấm
- Đường
- rượu vang đỏ
- Mùi tây

HƯỚNG DẪN:
a) Để làm món ăn này, trước tiên bạn cần nấu hành tây.

b) Để làm điều này, hãy cắt lát mỏng chúng và nấu trong một ít dầu ô liu. Từ từ nấu chúng trong khoảng 30 phút với giấm.

c) Cán mỏng bánh ngọt ra và lót một lớp bánh ngọt mỏng đã bôi mỡ trước khi làm nhân. Làm nhân bằng cách trộn mascarpone và phô mai xanh với lòng đỏ trứng và gia vị.

d) Blind nướng bánh ngọt trong lò nóng. Lấy ra và đổ đầy hỗn hợp và sò điệp thái lát. Nướng trong lò và lấy ra khỏi hộp. Ăn với mứt hành tây ở bên cạnh.

37. Kem cá hồi hun khói và bánh thì là

Thực hiện: 6 phần ăn

THÀNH PHẦN:
- 5 Tấm phyllo - rã đông
- 3 muỗng canh Bơ không ướp muối - đun chảy
- 4 lớn Lòng đỏ trứng
- 1 muỗng canh Mù tạt Dijon - CỘNG 1 thìa cà phê
- 3 lớn trứng
- 1 cái ly Mỗi bên một nửa
- 1 cái ly kem tươi
- 6 ounce Cá hồi hun khói - xắt nhỏ
- 4 Hành lá - xắt nhỏ
- ¼ cốc Thì là - tươi, xắt nhỏ HOẶC 1 T. thì là khô
- nhánh thì là

HƯỚNG DẪN:
a) Phết bơ thật kỹ một đĩa bánh sâu đường kính 9½ inch.
b) Đặt 1 tấm phyllo lên bề mặt làm việc.
c) Chải tấm phyllo bằng bơ và gấp đôi theo chiều dọc. Chải bề mặt gấp bằng bơ.
d) Cắt đôi theo chiều ngang. Đặt 1 phyllo hình chữ nhật, đã phết bơ úp xuống, vào đĩa bánh đã chuẩn bị sẵn, phủ đáy và để bánh ngọt nhô ra 1 phần mép ½ inch.
e) Chải mặt trên của phyllo trên đĩa bánh bằng bơ. Đặt hình chữ nhật phyllo thứ hai lên đĩa bánh, phủ đáy và để bánh ngọt nhô ra một phần khác của mép ½ inch; chải bằng bơ.
f) Lặp lại quy trình với 4 tấm phyllo còn lại, đảm bảo toàn bộ bề mặt của cạnh được bao phủ để tạo thành lớp vỏ.
g) Gấp phần nhô ra bên dưới để tạo thành mép vỏ bánh bằng với mép của đĩa bánh.
h) Chải các cạnh của lớp vỏ bằng bơ.
i) Làm nóng lò ở 350F. Đánh lòng đỏ và mù tạt trong một cái bát để trộn
j) Đánh trứng, nửa rưỡi, kem, cá hồi, hành tây và thì là xắt nhỏ.
k) Nêm nếm với muối và hạt tiêu. Đổ vào lớp vỏ đã chuẩn bị.

l) Nướng cho đến khi trung tâm được thiết lập, khoảng 50 phút.

m) Chuyển sang giá đỡ. Mát mẻ. Trang trí với nhánh thì là và phục vụ hơi ấm hoặc ở nhiệt độ phòng.

38. Bánh cá hồi Na Uy

Thực hiện: 12 phần ăn

THÀNH PHẦN:
- 10 muỗng canh Bơ
- 2 tách Bột mì
- Nước; lạnh lẽo
- 1 muỗng canh Bơ
- 1 lớn Củ hành; băm nhỏ
- 1 cái ly Nấm; cắt lát
- ½ cốc Kem chua
- 1 bảng Phi lê cá hồi
- 2 trứng; đánh nhẹ
- 2 thìa cà phê rau thì là; tươi, xắt nhỏ
- Muối
- Hạt tiêu
- 1 Lòng trắng trứng; hơi bị đánh
- 1 cái ly Kem chua
- 2 thìa cà phê Hẹ; băm nhỏ
- 1 muỗng cà phê rau thì là; tươi, xắt nhỏ
- 1 chút bột tỏi

HƯỚNG DẪN:
a) Cắt bơ thành bột bằng máy xay bánh ngọt và thêm nước, từng chút một, cho đến khi tạo thành một khối bột cứng.

b) Cuộn và cắt lớp vỏ trên và dưới cho 12 chiếc bánh.

c) Trong chảo, làm tan chảy bơ, thêm hành tây và nâu.

d) Thêm nấm và kem chua; đun nhỏ lửa trong năm phút và để nguội.

e) Trong khi đó, luộc hoặc hấp cá cho đến khi cá bong ra dễ dàng. Để ráo cá và vẩy trong bát.

f) Trộn toàn bộ trứng và thì là với cá.

g) Nêm muối và hạt tiêu cho vừa ăn.

h) Trộn hỗn hợp cá và nấm và múc chúng vào lớp vỏ dưới cùng. Đặt lớp vỏ thứ hai lên trên và chụm các cạnh lại với nhau để bịt kín.

i) Chải lòng trắng trứng lên lớp vỏ trên cùng và các cạnh.

j) Chích lớp vỏ cho lỗ thông hơi. Nướng trong 10 phút ở 450 độ F., hoặc cho đến khi lớp vỏ có màu vàng nâu.

k) Trộn kem chua và gia vị. Thêm một thìa vào mỗi bánh trước khi phục vụ.

39. Bánh tart cá hồi hun khói nhỏ

Thực hiện: 6 phần ăn

THÀNH PHẦN:
- 1¼ cốc bột mì đa dụng
- ¼ thìa cà phê Nhà máy rượu muối John Culbertson.
- 8 muỗng canh Bơ
- ¼ cốc Nước lạnh

HƯỚNG DẪN:
a) Cho bột mì, muối và bơ vào tô của máy xay thực phẩm.
b) Xử lý cho đến khi bột giống như một bữa ăn.
c) Thêm nước và xử lý cho đến khi bột tạo thành một quả bóng trên lưỡi dao.
d) Cán bột dày ¼ inch và cắt thành những viên tròn 2 inch. Xếp những chiếc bánh tart thu nhỏ với những viên bột tròn.
e) Nhân: 4 ounces cá hồi hun khói 5 ounces phô mai Gruyere, cắt nhỏ 4 quả trứng, đánh bông 1½ cốc sữa ½ cốc kem tươi ¼ thìa cà phê muối ¼ thìa cà phê tiêu
f) Thấm các lát cá hồi hun khói bằng khăn giấy để loại bỏ độ ẩm dư thừa và sau đó cắt các lát thành các miếng dài 1 inch.
g) Chia cá hồi thái lát giữa các vỏ bánh tart và rắc phô mai lên trên mỗi vỏ.
h) Trộn trứng, sữa và kem với muối và hạt tiêu rồi đổ vào từng vỏ bánh tart.
i) Nướng bánh tart trong lò nướng 400 độ F đã làm nóng trước trong khoảng 15 phút.
j) Tiếp tục kiểm tra trong quá trình nướng vì bánh tart nhỏ và mất ít thời gian hơn nhiều so với bánh tart lớn hơn.

40. bánh tôm lễ hội

Thực hiện: 48 phần ăn

THÀNH PHẦN:
- 2 bánh ngọt cho bánh nướng hai lớp hoặc vỏ bánh tart.
- 1 cái ly Sữa
- 1 gói phô mai kem, cắt khối
- 4 quả trứng, đánh nhẹ
- 1 lon Tôm non, để ráo nước, hoặc Tươi.
- 2 muỗng canh hẹ khô
- ¼ cốc ớt đỏ thái nhỏ
- Muối và hạt tiêu cho vừa ăn
- Cỏ thì là tươi để trang trí

HƯỚNG DẪN:
a) Chuẩn bị 48 vỏ bánh tart nhỏ từ bánh ngọt. Đun nóng sữa trên lửa nhỏ; thêm các viên kem phô mai khuấy đều cho đến khi tan chảy mịn.

b) Dần dần thêm hỗn hợp phô mai vào trứng; khuấy trong các thành phần còn lại trừ cỏ thì là. Múc 1 thìa nhân vào từng vỏ bánh.

c) Nướng ở 350 F trong 20-25 phút hoặc chỉ cho đến khi được đặt. Trang trí với tôm dành riêng và thì là. Làm: 48 bánh nhỏ hoặc 24 bánh vừa.

d) Trang trí trước khi phục vụ.

41. tôm , hành tây và cà chua

Làm cho: 1 khẩu phần

THÀNH PHẦN:
- 18 lớn Con tôm
- 10 tép tỏi nghiền
- 1 nhúm Nghệ tây
- 1 cái ly Dầu ô liu
- 6 Hành
- 8-ounce hộp cà chua đã gọt vỏ
- 2 cá cơm
- ¼ cốc ô liu Kalamata
- 4 Cành húng tây
- 1 Bánh phồng tấm
- 2 Trưởng Frisée
- 6 chùm dao phay

HƯỚNG DẪN:
a) Một ngày trước khi chế biến món ăn này, hãy ướp tôm trong hỗn hợp gồm 4 tép tỏi giã nhỏ, hạt tiêu đen, ½ chén dầu ô liu và 1 nhúm nghệ tây. Làm lạnh qua đêm.
b) Để chuẩn bị mứt cam, gọt vỏ hành tây và cắt làm đôi rồi thái lát mỏng.
c) Trong một cái chảo trên lửa nhỏ với 2 muỗng canh dầu, nấu hành tây cho đến khi trong suốt.
d) Cà chua rửa sạch, bỏ hạt, thái nhỏ rồi cho vào hành tây.
e) Thêm cá cơm xắt nhỏ, ô liu xắt nhỏ và cỏ xạ hương, nấu trong 3 giờ ở nhiệt độ rất thấp, khuấy thường xuyên.
f) Trong khi đó, cắt 6 miếng bánh phồng có đường kính khoảng 3½ inch.
g) Đặt một tấm nướng thứ hai lên khay nướng và nướng trong lò trong 6 phút ở 350 độ.
h) Chuẩn bị món salad bằng cách cắt bỏ phần xanh của rau diếp, chỉ sử dụng phần màu trắng. Chop frisée và rửa sạch dự trữ.

i) Trong một chảo xào lớn trên lửa vừa và cao, đun nóng ¼ chén ô liu cho đến khi nóng và nấu tôm cho đến khi có màu hồng và cuộn lại.

j) Đặt mứt cà chua lên trên mỗi viên bánh tart và làm nóng trong lò trong 5 phút. Nêm frisée với một ít dầu ô liu, muối và hạt tiêu.

k) Lấy bánh ra khỏi lò, bày ra đĩa, rắc một ít frisée lên trên mặt bánh và phủ tôm lên trên.

l) Trang trí với lá rau diếp Mache.

m) Rưới dầu ô liu xung quanh bánh tart và phục vụ.

42. Bánh tart tôm

Thực hiện: 20 Món khai vị

THÀNH PHẦN:
- 1 15 ounce pkg. vỏ bánh đông lạnh
- Xà lách lá thái nhỏ
- 1 12 ounce pkg. tôm nhỏ đông lạnh, rã đông, rửa sạch, để ráo nước
- Nước cốt cocktail

HƯỚNG DẪN:
a) Làm nóng lò nướng đến 450F. Để cả hai túi vỏ bánh đứng ở nhiệt độ phòng trong 15 đến 20 phút.
b) Mở từng lớp vỏ; tháo tấm nhựa trên cùng.
c) Nhấn ra các đường gấp. Lật ngược và loại bỏ tấm nhựa còn lại. Cắt khoảng mười vòng tròn 3 inch từ mỗi lớp vỏ.
d) Đặt các vòng tròn trên mặt sau của cốc muffin thu nhỏ.
e) Ghim 4 hoặc 5 nếp gấp cách đều nhau xung quanh thành cốc.
f) Chích hào phóng bằng nĩa. Nướng ở 450F trong 9 đến 13 phút hoặc cho đến khi có màu vàng nâu nhạt. Làm mát hoàn toàn; loại bỏ khỏi cốc muffin.
g) Cho một lượng nhỏ rau diếp xắt nhỏ vào mỗi vỏ bánh tart. Xếp các miếng tôm lên trên lớp xà lách.
h) Top với một lượng nhỏ nước sốt cocktail.

BÁNH TẠO HẠT

43. bánh hạnh nhân

Làm cho: 8 phần ăn

THÀNH PHẦN:
- bánh ngọt
- ½ cốc kem nặng
- ⅓ cốc Đường
- 1 muỗng cà phê vỏ cam nạo
- ¼ muỗng cà phê chiết xuất hạnh nhân
- 1 chén hạnh nhân cắt lát
- Kem tươi để trang trí
- Quả mâm xôi được bảo quản

HƯỚNG DẪN:
a) Ít nhất 2 loại bột trước khi làm bánh tart, làm Pastry.
b) Khi bánh ngọt đã nguội, làm nóng lò nướng ở nhiệt độ 375'F. Giữa các tờ giấy sáp đã được tráng bột, lăn bánh ngọt thành hình tròn 11 inch. Vừa vặn với khuôn bánh tart có rãnh 9 inch với đáy có thể tháo rời.
c) Cắt bánh ngọt ngay cả với các cạnh của chảo.
d) Đâm đáy và các mặt của bánh ngọt.
e) Đặt khuôn bánh tart lên khay nướng có viền. Lót lớp vỏ bánh ngọt bằng giấy nhôm và cho khối lượng bánh vào bên trong. Nướng trong 8 phút; lấy chảo ra khỏi lò và nhấc giấy bạc và quả cân ra. Cho bánh ngọt trở lại lò nướng và nướng thêm 4 phút nữa. Đặt sang một bên trên một giá dây để làm mát.
f) Trong khi đó, trong một cái bát, với máy trộn điện ở tốc độ trung bình, khuấy đều kem, đường, vỏ và chiết xuất cho đến khi đường tan hết, Cho hạnh nhân vào.
g) Thìa hỗn hợp hạnh nhân đều vào vỏ bánh ngọt. Quay trở lại lò nướng và nướng trong 20 đến 25 phút, hoặc cho đến khi phần nhân có màu vàng. Làm nguội đến nhiệt độ phòng trên giá dây.
h) Khi bánh nguội, nếu muốn, dùng muỗng đánh kem xung quanh mép ngoài; khuấy bảo quản và mưa phùn trên kem. Cắt thành 12 nêm và phục vụ.

i) Bánh ngọt: Trong một cái bát, kết hợp 1 C bột mì đa dụng không rây, ½ tấn muối và ½ tấn đường. Với máy xay bánh ngọt hoặc 2 con dao, cắt 6 T bơ không muối và 2 T dầu thực vật cho đến khi hỗn hợp giống như vụn thô.

j) Dần dần thêm 2½ đến 3 T nước đá vào hỗn hợp bột, trộn nhẹ bằng nĩa cho đến khi bánh đủ ẩm để tạo thành một quả bóng. Dùng tay lăn thành một quả bóng và làm phẳng với độ dày 1 inch. Bọc kín và để tủ lạnh ít nhất 2 tiếng trước khi sử dụng.

44. Tart sô cô la Mexico với hồ đào gia vị

THÀNH PHẦN:
HỒ ĐÀO
- Bình xịt dầu thực vật chống dính
- 1 lòng trắng trứng lớn
- 2 muỗng canh đường
- 1 muỗng canh đường nâu vàng
- 1 muỗng cà phê bột quế
- ¼ muỗng cà phê muối
- ⅛ muỗng cà phê ớt cayenne
- 1 ½ cốc nửa quả hồ đào

VỎ TRÁI ĐẤT
- 1 cốc vụn bánh quy wafer sô cô la, nghiền mịn trong bộ xử lý
- ¼ chén đường
- ½ muỗng cà phê bột quế
- ⅛ muỗng cà phê muối
- 5 muỗng canh bơ không ướp muối, tan chảy

ĐỔ ĐẦY
- 1 cốc kem đánh bông nặng
- 4 ounce sô cô la đắng hoặc bán ngọt, xắt nhỏ
- Một đĩa sô cô la Mexico 3,1 ounce
- ¼ chén bơ không ướp muối, cắt thành 4 miếng
- 2 muỗng cà phê chiết xuất vani
- 1 muỗng cà phê bột quế
- ¼ muỗng cà phê muối
- Kem tươi ngọt nhẹ

HƯỚNG DẪN:
ĐỐI VỚI BÒ PECANS:
a) Làm nóng lò ở 350°F. Xịt tấm nướng có viền bằng bình xịt chống dính.

b) Đánh đều tất cả các thành phần trừ quả hồ đào trong một cái bát. Cho quả hồ đào vào khuấy đều.

c) Trải một lớp duy nhất trên một tờ giấy, làm tròn mặt lên.

d) Nướng cho đến khi vừa chín vàng và khô, khoảng 30 phút. Làm mát trên tấm.

e) Tách các đai ốc, loại bỏ lớp phủ thừa.
ĐỐI VỚI LỚP VỎ:
f) Làm nóng lò ở 350°F. Trộn 4 thành phần đầu tiên trong bộ xử lý.
g) Thêm bơ tan chảy; quá trình cho đến khi vụn được làm ẩm.
h) Nhấn vụn bánh vào khuôn bánh tart đường kính 9 inch có đáy có thể tháo rời, cách mặt trên trong vòng ⅛ inch.
i) Nướng cho đến khi thiết lập, khoảng 20 phút. Để nguội trên giá đỡ.
ĐỂ ĐIỀN:
j) Đun sôi kem trong một cái chảo vừa. Loại bỏ nhiệt.
k) Thêm sôcôla; đánh cho đến khi tan chảy. Thêm bơ, 1 miếng mỗi giờ; đánh cho đến khi mịn.
l) Đánh bông vani, quế và muối. Đổ nhân vào vỏ bánh. Làm lạnh cho đến khi nhân bắt đầu đông lại, khoảng 15 đến 20 phút.
m) Sắp xếp các loại hạt theo vòng tròn đồng tâm trên đỉnh bánh. Làm ạnh cho đến khi đông lại, khoảng 4 giờ.

45. Frangipane Tart với trái cây theo mùa

THÀNH PHẦN:
- 1 khẩu phần pâte brisée
- 6 muỗng canh bơ không ướp muối, làm mềm
- ½ chén đường
- 1 trứng lớn
- ¾ chén hạnh nhân chần, xay mịn
- 1 muỗng cà phê chiết xuất hạnh nhân
- 1 muỗng canh Amaretto
- 1 muỗng canh bột mì đa dụng
- 2 chén dâu tây, đọ sức
- 2 chén quả mâm xôi, nhặt và rửa sạch
- ¼ chén mứt dâu tây hoặc mâm xôi, nấu chảy và lọc

PÂTE BRISÉE
- 1¼ chén bột mì đa dụng
- 6 muỗng canh bơ lạnh không ướp muối, cắt thành từng miếng 2 muỗng canh rau củ lạnh
- ¼ muỗng cà phê muối

HƯỚNG DẪN:
PÂTE BRISÉE
a) Trong một cái bát, trộn bột mì, bơ, rau rút ngắn và muối cho đến khi hỗn hợp giống như một bữa ăn.

b) Thêm 2 muỗng canh nước đá, trộn đều hỗn hợp cho đến khi nước quyện vào nhau, thêm nước đá nếu cần để tạo thành khối bột và vo bột thành khối tròn.

c) Rắc bột mì lên bột và để nguội, bọc trong giấy sáp, trong 1 giờ.

CHUA CAY
d) Cán mỏng bột ⅛- dày 1 inch trên bề mặt có rắc bột nhẹ, cho vừa vào khuôn bánh tart hình chữ nhật 11 x 8 inch hoặc 10 hoặc 11 inch hình tròn có vành rãnh có thể tháo rời và làm lạnh vỏ trong khi làm frangipane.

e) Trong một cái bát trộn bơ và đường với nhau rồi đánh trứng, hạnh nhân, chiết xuất hạnh nhân, Amaretto và bột mì.

f) Trải đều frangipane dưới đáy vỏ và nướng bánh tart ở giữa nhiệt độ 375°F đã được làm nóng trước. ở trên trong 20 đến 25 phút hoặc cho đến khi vỏ có màu vàng nhạt.

g) Để bánh nguội. Cắt dâu tây theo chiều dọc thành những lát dày ⅛ inch, sắp xếp các lát chồng lên nhau để trang trí với quả mâm xôi thành hàng trên frangipane và phết mứt nhẹ nhàng lên chúng.

46. bánh tart nướng

THÀNH PHẦN:

- 1 Vỏ bánh tart ngọt không co rút tuyệt vời, được nướng một phần trong khuôn bánh tart có đáy có thể tháo rời 9 inch
- 1 chén hạnh nhân xắt nhỏ, chần nếu bạn có thể tìm thấy chúng
- 1 ½ muỗng canh bột mì đa dụng
- ⅔ chén đường
- 9 muỗng canh bơ không ướp muối, ở nhiệt độ phòng
- 1 trứng lớn
- 1 lòng trắng trứng lớn
- ½ muỗng cà phê chiết xuất hạnh nhân
- 1 ½ muỗng cà phê vỏ cam
- ⅓ chén mứt mâm xôi
- Hạnh nhân cắt lát hoặc cắt lát, để trang trí

HƯỚNG DẪN:

a) Xay mịn hạnh nhân và bột mì trong máy xay. Trộn đường, sau đó bơ, chiết xuất và vỏ cam. Xay đến khi mịn. Trộn trong trứng và lòng trắng trứng. Chuyển điền vào một cái bát. Che và làm lạnh trong ít nhất 3 giờ.

b) Đặt giá vào giữa lò và làm nóng trước ở nhiệt độ 350°F. Phết mứt lên trên vỏ bánh tart. Đổ đầy nhân hạnh nhân lên trên, sau đó phết cẩn thận bằng thìa bù. Nếu sử dụng hạnh nhân cắt lát hoặc cắt lát để trang trí, hãy rắc chúng lên trên ngay bây giờ. Nướng bánh tart cho đến khi vàng và một que thử được đưa vào giữa nhân sẽ sạch, khoảng 45 phút. Bánh tart nguội trong chảo trên giá.

c) Để phục vụ, đẩy đáy chảo lên, thả bánh ra khỏi chảo. Cắt bánh tart thành từng miếng và rắc đường bột nếu muốn.

d) Làm trước: Có thể làm nhân hạnh nhân trước 2 ngày. Giữ lạnh. Toàn bộ bánh tart cũng có thể được làm trước nửa ngày. Dễ đứng ở nhiệt độ phòng

47. Bánh tart hạt táo

Làm cho: 1 khẩu phần

THÀNH PHẦN:
- Gói vỏ bánh lạnh 15 ounce
- 3 chén táo gọt vỏ thái lát mỏng
- ½ cốc Đường
- 3 muỗng canh nho khô vàng
- 3 muỗng canh Quả óc chó hoặc quả hồ đào xắt nhỏ
- ½ muỗng cà phê Quế
- ¼ thìa cà phê vỏ chanh nạo
- 2 thìa cà phê Nước chanh
- 1 Lòng đỏ trứng; nhịp
- 1 muỗng cà phê Nước
- ¼ cốc Đường mịn
- 1 muỗng cà phê Nước chanh

HƯỚNG DẪN:
a) Chuẩn bị vỏ bánh theo hướng dẫn trên bao bì cho bánh hai lớp bằng khuôn bánh tart 10 inch có đáy có thể tháo rời hoặc khuôn bánh 9 inch.

b) Đặt 1 lớp vỏ đã chuẩn bị vào chảo; nhấn vào các mặt dưới và trên của chảo. Cắt các cạnh nếu cần thiết.

c) Làm nóng lò nướng ở nhiệt độ 400 F. Đặt tấm bánh quy vào lò nướng để làm nóng trước. Trong một cái bát, trộn táo, đường, nho khô, quả óc chó, quế, vỏ chanh và 2 thìa cà phê nước cốt chanh; quăng nhẹ để áo khoác. Thìa vào chảo lót lớp vỏ.

d) Để tạo mặt trên bằng lưới, hãy cắt lớp vỏ thứ hai thành các dải rộng ½ inch. Sắp xếp các dải trong thiết kế mạng trên điền. Cắt và niêm phong các cạnh. Trong một cái bát, trộn lòng đỏ trứng và nước; nhẹ nhàng chải qua lưới.

e) Đặt tart trên tấm cookie đã được làm nóng trước. Nướng ở 400 F. trong 40 đến 60 phút hoặc cho đến khi táo mềm và vỏ có màu vàng nâu. Che mép của lớp vỏ bằng các dải giấy bạc sau 15 đến 20 phút nướng để tránh bị vàng quá mức. Để nguội 1 giờ.

f) Trong một cái bát, kết hợp các nguyên liệu tráng men, thêm đủ nước cốt chanh để có độ sệt mong muốn. Mưa phùn trên một chiếc bánh hơi ấm. Mát mẻ; loại bỏ các mặt của chảo.

48. Tart macadamia hạt mơ

Thực hiện: 12 phần ăn

THÀNH PHẦN:
- 1½ cốc Bột mì
- ⅔ cốc Bơ; làm mềm
- ¼ cốc Đường nâu; đóng gói
- 2 muỗng canh Ca cao
- 1 trứng
- 8 giống beo quả mơ khô
- 3½ ounce hạt mắc ca; băm nhỏ
- ⅓ cốc Đường
- ¼ cốc Bơ; tan chảy
- ½ cốc Xi-rô ngô nhẹ
- ¼ thìa cà phê Muối
- 2 trứng

MƠ CHẤM Sôcôla
- ¼ cốc Chip semisweet sô cô la
- 1 muỗng cà phê Sự làm ngắn lại
- 12 quả mơ khô

HƯỚNG DẪN:
a) Đun nóng trên hai 400¼. Trộn tất cả các thành phần bánh ngọt cho đến khi tạo thành bột.
b) Ấn mạnh và đều vào đáy và mặt bên của khuôn bánh tart 11 inch không bôi trơn có đáy có thể tháo rời. Nướng trong 10-12 phút hoặc cho đến khi được thiết lập.
c) Sau khi nướng bánh ngọt, làm nóng lò nướng đến 375 ¼. Dự trữ 12 quả mơ cho quả mơ nhúng sô cô la; băm nhỏ những quả mơ còn lại.
d) Rắc đều các loại hạt và quả mơ xắt nhỏ lên bánh nướng.
e) Đánh đường, bơ, xi-rô ngô, muối và trứng cho đến khi mịn. Đổ qua các loại hạt và quả mơ.
f) Nướng trong 25 đến 30 phút hoặc cho đến khi được thiết lập.

g) Lót tấm bằng giấy sáp. Đặt khoai tây chiên và mỡ vào một cái bát nhỏ an toàn với lò vi sóng. Bật lò vi sóng không đậy nắp trong 2 đến 3 phút hoặc cho đến khi hỗn hợp có thể được khuấy đều.

h) Nhúng một nửa quả mơ vào hỗn hợp sô cô la; đặt trên đĩa.

i) Để yên cho đến khi sô cô la khô. Đặt trên tart.

49. Bánh tart kem hạt dẻ

Làm cho: 1 khẩu phần

THÀNH PHẦN:
- ⅓ cốc bột mì đa dụng
- ½ muỗng cà phê Muối
- 1 Gói pho mát kem 8 ounce, làm mềm
- ¼ cốc Sữa đặc có đường
- 2 muỗng canh Đường bột rây
- 1 Gói quả mâm xôi đông lạnh 16 ounce, rã đông và để ráo nước
- ½ cốc đường hạt
- 3 muỗng canh Bột ngô
- ½ cốc Quả óc chó nghiền mịn
- 1½ cốc Đường bột rây
- 2 muỗng canh Shortening vị bơ
- ½ muỗng cà phê Vanilla
- ½ cốc Shortening vị bơ
- 3 muỗng canh Nước đá
- 1 muỗng canh nước cốt chanh tươi
- ¼ cốc sô cô la chip trắng
- ¼ cốc Quả óc chó
- 2 muỗng canh Siro dâu tây
- 1 muỗng cà phê Bơ hoặc bơ thực vật
- ½ muỗng cà phê nước cốt chanh tươi
- ⅛ muỗng cà phê Muối
- ½ muỗng cà phê hương liệu bơ
- 4 muỗng canh kem tươi

HƯỚNG DẪN:
a) Để làm vỏ bánh: Làm nóng lò nướng ở nhiệt độ 425 độ. Kết hợp bột mì và muối trong một cái bát. Cắt ngắn bằng máy xay bánh ngọt hoặc 2 con dao cho đến khi tất cả bột được trộn thành hai khối nhỏ bằng hạt đậu.

b) Rắc nước, 1 muỗng canh trong một giờ. Quăng nhẹ bằng nĩa cho đến khi bột sẽ tạo thành một quả bóng. Nhấn giữa hai bàn tay để tạo thành một "chiếc bánh kếp" có kích thước từ 5 đến 6 inch.

c) Bột bề mặt lăn và pin lăn nhẹ. Cán bột thành hình tròn. Cắt lớn hơn 1 inch so với khuôn bánh tart 9 inch úp ngược với các kích thước có thể tháo rời. Nới lỏng bột cẩn thận. Gấp làm tư. Bột tart chảo nhẹ.

d) Mở bột ra và ấn vào khuôn tart. Cắt cạnh ngay cả với đỉnh của vành. Dùng nĩa chọc kỹ đáy và các cạnh bằng nĩa 50 lần để tránh co rút.

e) Che mép bằng một lớp giấy bạc hai lớp để tránh bị quá nâu.

f) Nướng trong 10 đến 15 phút hoặc cho đến khi có màu nâu nhạt. Làm mát đến nhiệt độ phòng.

g) Để làm nhân pho mát kem: Trộn pho mát kem, sữa đặc, đường bột và nước cốt chanh vào một cái bát. Đánh ở tốc độ thấp của máy trộn điện cho đến khi có dạng kem. Đặt vụn sô cô la trắng và các loại hạt vào tô chế biến thực phẩm. Xử lý cho đến khi thái nhỏ. Trộn vào hỗn hợp phô mai. Rải vào dưới cùng của vỏ bánh tart nướng nguội.

h) Để làm nhân trái cây: Cho dâu đen, đường, bột bắp và xi-rô mâm xôi vào một cái chảo vừa. Nấu và khuấy trên lửa vừa cho đến khi hỗn hợp đặc lại và trong. Loại bỏ nhiệt. Khuấy bơ, nước cốt chanh và muối. Chuyển sang một cái bát. Làm mát đến nhiệt độ phòng. Thìa phủ đầy phô mai.

i) Để làm topping: Rắc các loại hạt lên trên trái cây theo kiểu lưới mắt cáo.

j) Hai phần trang trí: Kết hợp đường bột, chất làm ngọt, vani, hương liệu bơ và 3 thìa kem trong một cái bát. Đánh cho đến khi mịn, thêm nhiều kem hơn nếu cần để có độ đặc mong muốn. Cho thìa vào túi trang trí có đầu mong muốn. Tạo thành một đường viền trang trí xung quanh các cạnh của tart.

k) Làm lạnh trong 1 đến 2 giờ. Bỏ vằn. Cắt thành các phần ăn. Làm lạnh thức ăn thừa.

50. Tart cà rốt hạt

Làm cho: 8 phần ăn

THÀNH PHẦN:
- 1 Vỏ bánh; nướng một phần
- 3 trứng
- ⅓ cốc Đường
- 1 muỗng cà phê Nước cốt chanh và vỏ chanh
- 2 tách Cà rốt thái nhỏ
- 4 muỗng canh Bơ, tan chảy
- ½ muỗng cà phê Bột nở
- ⅔ cốc Bột mì
- ½ cốc quả hạnh
- ¼ cốc men mai

HƯỚNG DẪN:
a) Trộn trứng, đường, nước cốt chanh và vỏ; thêm cà rốt và bơ, khuấy đều.
b) Trong các bát riêng biệt, trộn các loại hạt, bột mì và bột nở. Trộn hai hỗn hợp; đổ vào vỏ bánh nướng hoặc bánh tart đã nướng một phần. Nướng ở 400 độ trong khoảng 20 phút.
c) Đối với men, bảo quản quả mơ tan chảy, thêm 2 thìa rượu mạnh và phủ lên trên mặt bánh khi bánh ra khỏi lò.

51. bánh tart hạt caramel

Làm cho: 1 khẩu phần

THÀNH PHẦN:
- 1 cái ly Đường
- ⅔ cốc Kem béo
- ¼ chén bơ không ướp muối; cắt thành từng miếng nhỏ
- 3 muỗng canh Em yêu
- ½ muỗng cà phê Muối
- 2½ cốc Nửa quả óc chó
- 1 phục vụ bột Pate Sucrée
- 2 lạng Sô cô la đắng; băm nhỏ
- 2½ cốc bột mì đa dụng
- 3 muỗng canh Đường
- 2 Thanh bơ lạnh không ướp muối; cắt
- 2 lớn Lòng đỏ trứng
- 4 muỗng canh Nước đá

HƯỚNG DẪN:
a) Trong một cái chảo nặng, đun sôi ¼ cốc nước và đường, khuấy đều cho đến khi đường tan. Đun sôi xi-rô trong chảo đậy nắp, không khuấy; bạn có thể xoay chảo hoặc rửa các thành nồi bằng bàn chải bánh ngọt nhúng vào nước để loại bỏ bất kỳ tinh thể đường nào bám vào cho đến khi nó bắt đầu chuyển sang màu vàng.

b) Cẩn thận thêm kem và đun nóng lại chảo. Thêm bơ, mật ong và muối, khuấy đều cho đến khi bơ tan chảy và hỗn hợp mịn. Khuấy quả óc chó và đun nhỏ lửa, không đậy nắp, trên lửa vừa, thỉnh thoảng khuấy trong khoảng 5 phút. Di dời khỏi nóng và làm lạnh.

c) Trong khi đó, cuộn một nửa pate Sucrée giữa 2 tấm màng bọc thực phẩm thành hình tròn 11 inch. Cho bánh ngọt vào khuôn bánh tart có rãnh 9 inch có đáy có thể tháo rời. Để cắt bột đều, lăn cây cán bột trên khuôn bánh tart. Thư giãn trong 20 đến 30 phút.

d) Làm nóng lò nướng ở nhiệt độ 400. Đổ hỗn hợp quả óc chó đã nguội vào vỏ bánh tart, dàn đều bằng thìa cao su. Lăn phần bột còn lại giữa 2 tấm màng bọc thực phẩm thành hình tròn 11 inch.

Chuyển sang vỏ tart. Nhấn mép lớp vỏ trên cùng vào lớp vỏ bên dưới để bịt kín. Lăn thanh lăn trên khuôn bánh tart để cắt mép. Đóng băng trong 20 phút.

e) Nướng trên một tấm nướng lót giấy da cho đến khi lớp vỏ vàng, khoảng 25 đến 30 phút. Làm mát trên giá dây.

f) Trong một nồi hơi đôi trên nước vừa sôi, đun chảy sô cô la, khuấy cho đến khi mịn. Làm nguội sô cô la và chuyển sang túi đựng bánh ngọt có đầu nhỏ rất nhỏ.

g) Trét sô cô la theo hình tròn trên toàn bộ bề mặt của bánh tart. Sô cô la nhạt đặt ở nhiệt độ phòng, trong khoảng 1 đến 2 giờ.

PATE SUCRÉE

h) Cho bột và đường vào máy xay thực phẩm; xung để kết hợp.

i) Thêm bơ; xung cho đến khi hỗn hợp giống như bột thô, 10 đến 20 giây.

j) Đánh nhẹ lòng đỏ trứng; thêm nước đá. Cho vào máy xay thực phẩm khi máy đang chạy; quá trình cho đến khi bột giữ lại với nhau.

k) Chia bột thành hai đợt; biến thành hai miếng bọc nhựa riêng biệt.

l) Làm phẳng từng viên thành hình tròn và bọc trong màng bọc thực phẩm; làm lạnh ít nhất 1 giờ.

52. Bánh trái cây hạt

Thực hiện: 6 phần ăn

THÀNH PHẦN:
- 1½ cốc kem tươi
- 1½ cốc nho khô phồng
- 1 cái ly Hạt được thái nhỏ
- ½ cốc Đường
- 2 chuối, thái lát
- 6 Anh đào Maraschino, xắt nhỏ
- Vài hạt muối

HƯỚNG DẪN:
a) Đánh kem cho đến khi bông cứng. Cho đường và muối vào. Chia thành 2 phần.
b) Kết hợp chuối và nho khô với ½ kem. Chất đống nhẹ trong vỏ bánh nướng riêng lẻ. Che với phần kem còn lại. Trang trí với quả anh đào và các loại hạt. 20 phần ăn.

53. Bánh tart hạt Brazil màu cam

Làm cho: 4 phần ăn

THÀNH PHẦN:
- 3 Những quả trứng, chia ra
- ¾ cốc đường hạt
- Vỏ bào của 1 quả cam
- 1 muỗng cà phê Tinh dầu vanilla
- 2 tách Hạt Brazil nghiền mịn
- 1½ muỗng canh bột mì đa dụng
- ¼ thìa cà phê Muối
- Trình bày:
- 2 bưởi
- 2 Những quả cam
- 4 lớn lòng trắng trứng
- 1¼ cốc đường hạt

HƯỚNG DẪN:
a) Làm nóng lò ở 350 độ. Lót khuôn bánh tròn 10 inch bằng giấy da, bơ và bột mì.

b) Trong một cái bát, đánh lòng đỏ trứng và đường cho đến khi có màu vàng nhạt. Thêm vỏ cam và vani, đánh cho đến khi nhẹ và mịn, và đặt sang một bên.

c) Trong một cái bát, kết hợp 1 cốc hạt Brazil với bột mì và để sang một bên. Dự trữ các loại hạt còn lại để trang trí.

d) Trong một bát khác, đánh lòng trắng trứng cho đến khi sủi bọt. Rắc muối và tiếp tục đánh cho đến khi tạo thành chóp mềm. Trộn xen kẽ hỗn hợp hạt và bột mì, và hỗn hợp lòng đỏ đã đánh cho đến khi kết hợp. Đổ vào chảo đã chuẩn bị.

e) Nướng trong 25 đến 30 phút, hoặc cho đến khi có màu nâu nhạt. Đặt trên giá để nguội, trong khoảng 10 phút. Luồn dao dọc theo mép để nới lỏng và úp ngược lên đĩa. Lấy giấy da ra và để nguội hoàn toàn.

f) Trong khi đó, làm nóng lò nướng ở nhiệt độ 300 độ. Đặt bánh lên khay nướng có lót giấy nến.

g) Làm việc trên một cái bát để hứng nước, gọt vỏ bưởi và cam và cắt giữa các màng để loại bỏ các phần. Loại bỏ các hạt giống. Sắp xếp các phần trên bánh. Đổ nước trái cây qua lưới lọc và rưới lên bánh.

h) Trong một cái bát, đánh lòng trắng trứng cho đến khi sủi bọt. Dần dần thêm đường, đánh cho đến khi hình thành các đỉnh cứng, khoảng 10 phút. Nhẹ nhàng cho 1 chén hạt Brazil đã xay vào.

i) Trải đều meringue lên bánh và nướng trong ½ giờ. Để nguội trên giá và phục vụ.

54. bánh hạt thông

Làm cho: 4 phần ăn

THÀNH PHẦN:
- 1 Tấm bánh phồng
- 2 tách hạt thông
- 2 muỗng canh Em yêu
- 1 cái ly Đường
- 3 trứng
- 3 muỗng canh Dầu ôliu siêu nguyên chất
- Vỏ của 1 quả chanh
- 2 muỗng canh rượu mùi quả óc chó

HƯỚNG DẪN:

a) Làm nóng lò ở 425 độ. Đặt bánh ngọt thật chặt vào vỏ, dùng thêm bánh ngọt gấp mép các mép để giúp giữ nguyên các mép. Bọc bánh ngọt bằng giấy da, đổ đầy đậu trắng khô và cho vào lò nướng.

b) Nấu trong 8 đến 10 phút, loại bỏ giấy da và đậu, nấu cho đến khi khô và có màu nâu vàng nhạt, khoảng 8 đến 10 phút nữa. Loại bỏ và để nguội.

c) Trong một cái bát, khuấy đều hạt thông, mật ong, đường, trứng, dầu ô liu, vỏ chanh và rượu cho đến khi mịn. Đổ vào vỏ bánh ngọt đã nguội và nướng trong 20 phút, hoặc cho đến khi khá chắc và có màu nâu nhạt ở mặt trên.

d) Để nguội đến nhiệt độ phòng và phục vụ.

TRÁI CÂY TRÁI CÂY

55. Bánh tart hạnh nhân

Thực hiện: 18 phần ăn

THÀNH PHẦN:
- ½ chén bơ
- 3 ounce pho mát kem
- ⅓ chén bơ
- ½ chén đường
- 1 quả trứng
- ½ thìa vani gói mềm
- 1 chén bột mì đa dụng
- ⅔ chén hạnh nhân nướng xay thô
- ⅓ chén mứt mơ
- lát hạnh nhân

HƯỚNG DẪN:
a) BỘT: Đánh ½ chén bơ và pho mát kem bằng máy trộn điện trong 30 giây. Khuấy bột mì. Đậy nắp và làm lạnh trong 1 giờ.
b) LÀM BƠ: Đánh ⅓ cốc bơ bằng máy đánh trứng trong 30 giây. Đánh tan đường, sau đó đến trứng và vani.
c) Cho hạnh nhân đã xay vào khuấy đều. Ấn đều 1 thìa bột vào đáy và lên các mặt của mỗi mười tám khuôn bánh tart 2 đến 2 ½ inch.
d) Múc 1 thìa nhân hạnh nhân lên mỗi chiếc bánh.
e) Nướng trên khay nướng trong 20 đến 25 phút trong lò nướng 350F. Làm nguội bánh tart trong chảo trong khoảng 10 phút. Trong khi đó, đun nóng và khuấy mứt mơ trên lửa nhỏ cho đến khi tan chảy.
f) Lấy bánh tart ra khỏi chảo và đặt chúng lên giá đỡ bằng dây. Trong khi bánh tart vẫn còn ấm, phết nhân bánh bằng chất bảo quản đã tan chảy.
g) Trang trí với hạnh nhân thái lát, nếu muốn. Mát mẻ. Làm cho: 18 bánh.

56. Bánh tart mận Alsatian

Làm cho: 6 đến 8

THÀNH PHẦN:
- Bơ
- 7 quả mận đỏ lớn, bỏ hạt, mỗi quả cắt làm 8 miếng
- 4 muỗng canh Đường
- 1 Bột Pate Sucré
- ½ muỗng cà phê bột quế
- 1 Lòng trắng trứng gà, đánh tan
- Kem vani

HƯỚNG DẪN:
a) Làm nóng lò ở 400F. Lót giấy bạc lên khay nướng; lá bơ.
b) Đặt mận lên tấm đã chuẩn bị, khoảng cách đều nhau. Rắc 2 thìa đường. Nướng cho đến khi mận mềm nhưng vẫn giữ được hình dạng, khoảng 30 phút. Mận mát trên tờ.
c) Lăn bột trên bề mặt đã được rắc bột thành hình tròn có đường kính 12 inch.
d) Chuyển bánh ngọt vào giữa một tấm nướng lớn nặng khác. Xếp mận thành những vòng tròn đồng tâm trên bánh ngọt, tạo thành một vòng tròn có đường kính 9 inch ở trung tâm.
e) Kết hợp 2 muỗng canh đường và quế còn lại trong một cái bát. Rắc hỗn hợp đường lên mận. Gấp cạnh của bánh ngọt trên mận, véo để bịt kín mọi vết nứt trên bánh ngọt. Chải lớp vỏ hai lần với lòng trắng trứng.
f) Nướng bánh tart cho đến khi lớp vỏ vàng, khoảng 25 phút. Cẩn thận luồn một con dao mỏng, sắc bén dưới các cạnh bánh tart để nới lỏng tấm giấy. Làm mát trong 15 đến 30 phút. Phục vụ bánh tart và hơi ấm với kem.

57. bánh táo

Làm cho: 4 phần ăn

THÀNH PHẦN:
BỘT BÁNH NGỌT:
- 1 chén bột mì
- 3 muỗng canh Đường
- ¼ muỗng cà phê bột nở
- nhúm muối
- 4 muỗng canh Bơ không ướp muối
- 1 trứng lớn

SỐT TÁO:
- 3 Quả Táo Vàng
- 2 muỗng canh Đường
- ¼ muỗng cà phê quế

Mãng cầu KIRSCH:
- ⅔ cốc kem béo
- 3 muỗng canh Đường
- 1 muỗng canh Kirsch
- 3 Lòng đỏ trứng

HƯỚNG DẪN:
a) Đối với bột, kết hợp thành phần khô trong một bộ xử lý thực phẩm và xung để trộn. Thêm bơ và xung. Thêm trứng và tiếp tục đập cho đến khi bột tạo thành một quả bóng. Lăn bột thành đĩa 14 inch và xếp khuôn bánh tart 10 inch. Làm lạnh bột trong vài giờ, hoặc qua đêm.

b) Gọt vỏ, bỏ lõi, bổ đôi và cắt những quả táo dày ⅛ inch; sắp xếp trên bánh ngọt, chồng lên nhau. Rắc đường quế. Đối với sữa trứng, kết hợp tất cả các thành phần; đánh bằng tay cho đến khi mịn và trộn đều; căng thẳng và dự trữ.

c) Nướng ở nhiệt độ 350 độ trong khoảng 35 phút hoặc cho đến khi táo và vỏ bánh chín. Loại bỏ tart từ phía trên; đổ kem sữa trứng vào, cẩn thận không để tràn ra ngoài. Cho bánh trở lại lò nướng trong 5 đến 10 phút hoặc cho đến khi sữa trứng đông lại nhưng không có màu hoặc phồng lên.

58. Tarte tatin táo và nho khô

Thực hiện: 6 phần ăn

THÀNH PHẦN:
- 2 muỗng canh Bơ
- 3 thìa rượu Rum
- 1 chén hỗn hợp nho khô và nho
- 2 pound Với táo
- Gói 17 ounce bánh phồng đông lạnh
- ¼ chén Cộng với 2 muỗng canh đường trắng
- Trên: 400F

HƯỚNG DẪN:
a) Gọt vỏ, lõi và cắt táo thành tám phần. Đổ đầy một cái bát, đủ lớn để đặt chảo rán gang 9 inch vào, với đá viên, sau đó đổ nước lên trên. Đun chảy bơ trong chảo rán gang 9 inch trên lửa vừa. Thêm đường.

b) Khuấy cho đến khi có màu nâu và CHỈ có màu caramel. Đặt chảo chiên vào nước đá để cứng lại sau đó đặt lên giá làm mát. Xem ở trên. Đặt nho khô và nho vào một cái bát. Thêm rượu rum và đậy bằng nước nóng. Thoát nước sau 5 phút hoặc lâu hơn.

c) Rắc một phần ba số nho khô và nho lên trên caramel. Đặt các lát táo, mặt tròn hướng xuống dưới và xếp càng sát nhau càng tốt theo hình tròn. Rắc nho khô và nho còn lại.

d) Cắt bánh ngọt lớn hơn 2 inch so với chảo. Đặt bánh ngọt lên trên và nhét các cạnh và dưới mép của hàng táo bên ngoài xuống. Nướng trong vòng 30 phút rồi cho ra đĩa trang trí khi còn nóng.

e) Phục vụ khi vẫn còn ấm với kem tươi.

59. bánh quế táo

Thực hiện: 10 phần ăn

THÀNH PHẦN:
- 1½ chén yến mạch cán mỏng
- 1 muỗng canh quế
- ½ muỗng cà phê quế
- ¾ cốc nước táo
- 2 quả táo lớn, gọt vỏ/thái miếng
- 1 thìa cà phê nước cốt chanh
- ⅓ cốc nước lạnh
- 1 gói gelatin không hương vị
- 2 cốc sữa chua không béo
- ¼ cốc mật ong
- ½ muỗng cà phê chiết xuất hạnh nhân

HƯỚNG DẪN:
a) Làm nóng lò nướng ở nhiệt độ 350. Chuẩn bị khay nướng bằng bình xịt nấu ăn. Trong một cái bát, kết hợp yến mạch và 1 thìa quế.
b) Quăng với ¼ cốc nước ép táo. Nhấn vào dưới cùng của tấm bánh. Nướng trong 5 phút hoặc cho đến khi được thiết lập. Mát mẻ. Trong một cái bát, trộn những lát táo với nước cốt chanh; sắp xếp trên lớp vỏ đã nguội trong chảo và đặt sang một bên.
c) Trong chảo, kết hợp nước và ½ cốc nước ép táo còn lại. Rắc gelatin lên hỗn hợp nước; dễ dàng đứng trong 3 phút để làm mềm.
d) Nấu và khuấy trên lửa vừa cho đến khi gelatin tan hoàn toàn; loại bỏ nhiệt. Thêm sữa chua, mật ong, ½ muỗng cà phê quế còn lại và chiết xuất hạnh nhân; pha trộn tốt.
e) Đổ táo vào lớp vỏ. Thư giãn trong vài giờ hoặc qua đêm.

60. Bánh tart táo nam việt quất lộn ngược

Làm cho:1

THÀNH PHẦN:
- ⅔ chén Đường
- 3 muỗng canh Nước
- 6 Táo chua, gọt vỏ, bỏ lõi và thái lát mỏng
- 1 cốc nam việt quất
- 3 muỗng canh Đường
- 1 muỗng canh Bơ
- 1 Vỏ bánh chưa nướng

HƯỚNG DẪN:
a) Đun nhỏ lửa ⅔ chén đường và 3 muỗng canh nước trong một cái nồi nhỏ đậy nắp trong 5 phút. Mở nắp và đun sôi cho đến khi caramel đặc vàng.

b) Tắt bếp ngay để caramel không bị cháy. Đổ vào đĩa thủy tinh hoặc kim loại 10 inch. Xoáy vào đáy áo khoác.

c) Chồng một phần ba lát táo lên caramel.

d) Cho 1/3 số quả nam việt quất lên trên và rắc 1 thìa đường. Lặp lại hai lần với trái cây và đường còn lại, Chấm với bơ.

e) Đặt bánh ngọt lỏng lẻo trên trái cây. Nướng ở 400 trong 30 phút. Lấy ra giá và để nguội trong 5 phút. Nghiêng tấm bánh trên bát và đổ hết nước trái cây tích tụ. Đảo ngược đĩa phục vụ trên chiếc bánh. Lật cả hai lại với nhau.

f) Nhấc đĩa bánh ra. Phục vụ bánh tart ấm với kem vani.

61. Bánh mâm xôi táo

Làm cho: 8 phần ăn

THÀNH PHẦN:
- 1 chén bột mì đa dụng
- ½ muỗng cà phê muối
- ⅓ cốc rút ngắn
- 2 muỗng canh Nước lạnh; lên đến 3
- 1 quả trứng; ly thân
- 23 ounce nước sốt táo Chunky
- 1 cốc quả mâm xôi tươi HOẶC 10 ounce pkg. Đông cứng; rã đông, ráo nước
- 2 muỗng canh Đường
- ½ muỗng cà phê quế
- ¾ chén bột mì đa dụng
- ½ chén đường nâu đóng gói chắc chắn
- ½ muỗng cà phê quế
- ⅓ chén Margarine hoặc bơ; làm mềm

HƯỚNG DẪN:
a) Làm nóng lò nướng đến 400F.
b) Trong một cái bát, kết hợp bột mì và muối. Sử dụng máy xay bánh ngọt hoặc 2 con dao, cắt ngắn vào hỗn hợp bột cho đến khi các hạt có kích thước bằng hạt đậu nhỏ.
c) Dần dần thêm nước, khuấy bằng nĩa cho đến khi hỗn hợp được làm ẩm.
d) Tập hợp bánh ngọt thành một quả bóng. bóng phẳng. Lăn ra trên một bề mặt có rắc bột nhẹ từ tâm đến mép thành một hình tròn lớn hơn 1,5 inch so với khuôn bánh tart 9 inch bị đảo ngược.
e) Gấp bột làm đôi; đặt trong chảo. mở ra; nhấn vào mặt dưới và mặt trên của chảo. Cắt các cạnh nếu cần thiết.
f) Nướng ở 400F trong 5 phút. Loại bỏ từ phía trên; giảm nhiệt độ lò xuống 375F. Trong một cái bát, đánh lòng trắng trứng. Chải lên toàn bộ bề mặt của lớp vỏ đã nướng một phần. Dự trữ lòng đỏ để làm đầy.

g) Trong một cái bát, kết hợp nước sốt táo, quả mâm xôi, đường, ½ thìa cà phê quế và lòng đỏ trứng. Đổ vào chảo lót bánh ngọt.

h) Trong một cái bát, kết hợp tất cả các thành phần topping ; rắc lên hỗn hợp trái cây. Nướng ở 375F trong 40 đến 50 phút hoặc cho đến khi mặt trên có màu vàng nâu.

i) Mát mẻ; loại bỏ các mặt của chảo. Phục vụ với kem đánh bông.

62. Tart sữa bơ việt quất

Làm cho: 1 khẩu phần

THÀNH PHẦN:
VỎ BỌC
- 1½ chén bột mì đa dụng
- ¼ chén đường
- ¼ muỗng cà phê muối
- ¼ pound bơ lạnh; cắt bit
- 1 trứng lớn; đánh với
- 2 muỗng canh Nước đá
- Gạo sống; để cân vỏ

SỮA BƠ
- 1 cốc bơ sữa
- 3 lòng đỏ trứng lớn
- ½ chén đường
- 1 thìa vỏ chanh; vỉ lò sưởi
- 1 muỗng canh nước cốt chanh tươi
- ½ thanh bơ lạt; tan chảy, mát mẻ
- 1 muỗng cà phê vani
- ½ muỗng cà phê muối
- 2 muỗng canh Bột mì đa dụng
- 2 cốc quả việt quất; chọn qua
- đường bánh kẹo

HƯỚNG DẪN:
VỎ BỌC
a) Trong một cái bát, khuấy đều bột mì, đường và muối. Thêm bơ và trộn cho đến khi hỗn hợp giống như một bữa ăn thô. Thêm hỗn hợp lòng đỏ, trộn cho đến khi chất lỏng được kết hợp và tạo thành bột vào đĩa. Bột nhào với bột và làm lạnh, bọc trong bọc nhựa, trong 1 giờ. Cán bột dày ⅛" trên bề mặt đã rắc bột và cho vừa vào khuôn bánh tart 10" có vành rãnh có thể tháo rời.
b) Làm lạnh vỏ trong ít nhất 30 phút hoặc đậy nắp qua đêm.
c) Làm nóng lò trước ở 350 độ.

d) Lót giấy bạc lên vỏ và cho cơm vào. Nướng vỏ ở giữa lò trong 25 phút.

e) Cẩn thận lấy giấy bạc và gạo ra và Nướng vỏ thêm 5 phút nữa hoặc cho đến khi vàng nhạt. Vỏ nguội trong chảo trên giá.

ĐỔ ĐẦY

f) Trong máy xay sinh tố hoặc bộ xử lý, trộn các nguyên liệu làm nhân cho đến khi mịn. Trải đều quả việt quất dưới đáy vỏ.

g) Đổ bơ sữa lên quả việt quất và nướng ở giữa lò trong 30 đến 35 phút hoặc cho đến khi vừa chín.

h) Tháo vành chảo và làm nguội hoàn toàn bánh trong chảo trên giá. Rây đường của bánh kẹo lên bánh tart và phục vụ ở nhiệt độ phòng hoặc ướp lạnh với kem việt quất. Nguồn: Conde Nast's Gourmet's Weekends.

63. Bánh trái cây tổng hợp

Làm cho: 8 phần ăn

THÀNH PHẦN:
- ¼ cốc nho khô
- ½ cốc Nước sôi
- số 8 lát bánh mì trắng
- 1½ cốc 1% Sữa ít béo, chia
- 1 cái ly Lê gọt vỏ, thái nhỏ
- 2 muỗng canh Bột mì
- ¼ cốc + 2 Tb. đường, chia
- 2 muỗng canh Bột ngô
- 1 muỗng cà phê Vỏ chanh nạo
- 3 Trứng, đánh nhẹ
- ½ cốc Nho đỏ không hạt giảm một nửa
- 2 thìa cà phê hương thảo tươi xắt nhỏ
- 2 thìa cà phê Dầu ô liu

HƯỚNG DẪN:
a) Kết hợp nho khô và nước sôi; dễ đứng trong 15 phút. Xả và đặt sang một bên.
b) Cắt lớp vỏ từ bánh mì. Cắt mỗi lát thành 4 hình tam giác; xếp thành một lớp trong đĩa nướng 13 x 9 x 3. Đổ ½ cốc sữa lên bánh mì và để yên trong 5 phút.
c) Cẩn thận sắp xếp các hình tam giác bánh mì ở dưới cùng của đĩa quiche 10 inch được phủ bằng bình xịt nấu ăn.
d) Top với táo và lê.
e) Cho bột mì vào tô, thêm dần lượng sữa còn lại vào, dùng phới lồng khuấy đều cho đến khi hòa quyện.
f) Khuấy đường, bột ngô, vỏ chanh và trứng; khuấy đều.
g) Đổ hỗn hợp sữa lên táo và lê; rắc nho khô và nho lên trên, rắc hương thảo lên trên.
h) Rưới dầu lên hỗn hợp; rắc đường còn lại.
i) Nướng ở 350F trong 50 phút hoặc cho đến khi chín; nguội trên giá dây. Cắt thành nêm.

64. Bánh trái cây ngày lễ

Thực hiện: 10 phần ăn

THÀNH PHẦN:
- 3 chén Sữa chua nguyên chất không béo
- Bình xịt nấu ăn
- 1¾ cốc Yến mạch thông thường, chưa nấu chín
- ¼ cốc Đường nâu đóng gói chắc chắn
- 2 muỗng canh bột mì đa dụng
- ½ cốc quả mâm xôi
- 6 muỗng canh Bơ thực vật, tan chảy
- 12 ounce phô mai kem ít béo, đã được làm mềm
- 6 muỗng canh Đường
- 1½ muỗng canh Vỏ chanh nạo
- 1½ muỗng canh Nước chanh
- 2 tách Quả mâm xôi đông lạnh, rã đông và để ráo nước

HƯỚNG DẪN:
a) Cho sữa chua vào một cái chao có lót giấy lọc cà phê; đặt nó lên một cái bát và bọc nó bằng màng bọc thực phẩm. Làm lạnh và thoát nước trong 12 giờ.

b) Làm nóng lò ở 350'F.; xịt mười chảo bánh tart 4½" bằng PAM. Trong tô chế biến thực phẩm, chế biến yến mạch, đường nâu và bột mì cho đến khi nghiền mịn.

c) Thêm bơ thực vật; quá trình cho đến khi kết hợp. Đặt 3 muỗng canh hỗn hợp yến mạch vào mỗi chảo tartlet; ấn đều vào đáy và ½ inch lên trên. Đặt các khuôn bánh tartlet lên một tấm cuộn thạch; nướng trong 15-17 phút hoặc cho đến khi vàng. Để nguội hoàn toàn trên giá đỡ bằng dây.

d) Trong một cái bát, đánh kem phô mai cho đến khi mịn. Khuấy sữa chua, đường, vỏ chanh và nước trái cây. Thìa đều vào lớp vỏ đã chuẩn bị. Rưới 2 thìa nước sốt trái cây lên trên, đậy nắp và ướp lạnh ít nhất 3 giờ.

e) SỐT TRÁI CÂY: Trong một cái chảo vừa, khuấy Tất cả Trái cây trên lửa nhỏ cho đến khi mịn; khuấy trong trái cây.

65. Bánh trái cây cầu vồng

Làm cho: 8 phần ăn

THÀNH PHẦN:
- ½ Phục vụ bột ngọt cho bánh nướng và bánh tart

NHÂN SÔ-cô-la TRẮNG
- ⅔ cốc Kem béo
- 10 ounce socola trắng
- 1 muỗng canh Kirsch hoặc rượu rum trắng

HOÀN THIỆN
- 1 panh Dâu tây
- 2 Trái kiwi
- ½ panh Quả mâm xôi
- Hạnh nhân cắt lát nướng hoặc xắt nhỏ
- Hạt hồ trăn
- đường bánh kẹo

HƯỚNG DẪN:
a) Đối với vỏ bánh tart, làm nóng lò nướng ở nhiệt độ 350 độ và đặt giá ở mức giữa. Bơ chảo tart. Trên một bề mặt đã được rắc bột, lăn bột và lót một khuôn bánh tart 9 inch với nó. Dùng nĩa đâm khắp mặt bột và lót bằng một miếng giấy da hoặc giấy sáp.

b) Đổ đầy đậu khô. Nướng vỏ bánh trong khoảng 20 đến 30 phút, cho đến khi vỏ khô và có màu vàng đậm. Làm nguội vỏ bánh tart trên giá.

c) Để làm nhân sô cô la, đun sôi kem trong một cái chảo vừa trên lửa nhỏ.

d) Tắt bếp và thêm sô cô la cùng một lúc. Lắc chảo sao cho ngập hết chocolate rồi để yên trong 3 phút cho chocolate tan chảy.

e) Thêm rượu mùi và đánh mịn. Đổ nhân vào bát và cho vào tủ lạnh cho đến khi đặc lại nhưng không cứng lại, khoảng 20 phút, thỉnh thoảng khuấy khi nhân đang nguội.

f) Đánh nhẹ phần nhân để nhân đủ mịn.

g) Dàn đều nhân trong vỏ bánh đã nguội.

h) Sắp xếp trái cây thành các hàng đồng tâm trên phần nhân sô cô la, ấn nhẹ chúng vào.

i) Để mở khuôn bánh tart, hãy đặt khuôn bánh tart lên một cái hộp hoặc hộp lớn và để mặt chảo rơi ra.

j) Trượt bánh tart từ đáy chảo lên một đĩa lớn, đáy phẳng.

k) Ngay trước khi phục vụ, hãy viền bánh tart với hạnh nhân hoặc quả hồ trăn và rắc đường của bánh kẹo.

66. Bánh trái cây kem vani

Thực hiện: 12 phần ăn

THÀNH PHẦN:
- ¾ cốc Bơ hoặc bơ thực vật -- Làm mềm
- ½ cốc đường bánh kẹo
- 1½ cốc bột mì đa dụng
- 10 ounce Gói vani chip, đun chảy và để nguội
- ¼ cốc kem tươi
- 8 giống beo Gói kem phô mai, làm mềm
- 1 lít dâu tây tươi, thái lát
- 1 cái ly quả việt quất tươi
- 1 cái ly mâm xôi tươi
- ½ cốc Nước ép dứa
- ¼ cốc Đường
- 1 muỗng canh Bột ngô
- ½ muỗng cà phê Nước chanh

HƯỚNG DẪN:

a) Trong một cái bát, bơ kem và đường bánh kẹo. Đánh bột mì.

b) Vỗ vào đáy của một 12-inch bôi trơn chảo bánh pizza.

c) Nướng ở 300 trong 25-28 phút hoặc cho đến khi có màu nâu nhạt.

d) Mát mẻ. Trong một cái bát khác, đánh khoai tây chiên và kem tan chảy.

e) Thêm pho mát kem; đánh bại cho đến khi thắng. Trải trên lớp vỏ. Thư giãn trong 30 phút.

f) Sắp xếp các loại quả mọng lên trên. Trong một cái chảo, kết hợp nước ép dứa, đường, bột bắp và nước cốt chanh; Đun sôi trên lửa vừa.

g) Đun sôi trong 2 phút hoặc cho đến khi đặc lại, khuấy liên tục.

h) Mát mẻ; chải qua trái cây. Làm lạnh 1 giờ trước khi phục vụ. Bảo quản trong tủ lạnh.

67. Bánh trái cây Parisienne

Thực hiện: 6 phần ăn

THÀNH PHẦN:
- Gói 10 ounce vỏ bánh đông lạnh
- Đường
- 1 cái ly Sữa
- 1 cái ly Kem béo
- Gói 4 ounce hỗn hợp tráng miệng mềm có hương vani
- 2 chuối
- 2 muỗng canh Nước chanh
- ⅓ cốc mơ bảo quản
- 2 tách Nho xanh không hạt rửa sạch
- 8¼ ounces dứa cắt lát, để ráo nước.

HƯỚNG DẪN:
a) Loại bỏ vỏ patty từ gói. Làm tan băng ở nhiệt độ phòng trong nửa giờ.
b) Đặt các viên bánh ngọt tròn chồng lên nhau một chút theo chiều dọc trên một bề mặt đã được rắc nhẹ bột mì. Cuộn thành hình chữ nhật 16x4 inch.
c) Đặt trên một tờ cookie lớn không bôi trơn; cắt các cạnh đều nhau; chích tốt bằng nĩa; thư giãn trong 30 phút.
d) cuộn lại trang trí mỏng; cắt thành dải rộng ⅓ inch dài khoảng 4 inch; chải bằng nước; bấm các đầu lại với nhau để tạo vòng.
e) Chải nhẫn với nước, sau đó nhúng vào đường; đặt trên tấm cookie cùng với hình chữ nhật của bánh ngọt.
f) Nướng bánh ngọt và vòng bánh ngọt trong lò ở 400 độ trong 10 phút. dự trữ nhẫn để trang trí.
g) Nướng bánh ngọt hình chữ nhật lâu hơn 10 phút hoặc cho đến khi có màu vàng nâu.
h) Tháo hai giá đỡ dây; mát mẻ.
i) Cho sữa, ¼ cốc kem và hỗn hợp tráng miệng vào một chiếc bát nhỏ sâu lòng; nhịp, làm theo hướng dẫn trên nhãn. Thư giãn trong 15 phút.

j) Gọt vỏ và cắt chuối thành lát dày ¼ inch. Rắc nước cốt nửa quả chanh.

k) Chia bánh ngọt thành hai lớp.

l) Đặt lớp dưới cùng lên đĩa hoặc thớt dài; phết lên khoảng ⅔ món tráng miệng mềm; sắp xếp các lát chuối trên các cạnh dài; lây lan với hỗn hợp món tráng miệng còn lại.

m) Trên cùng với một lớp bánh ngọt thứ hai.

n) Đun quả mơ với nước cốt chanh còn lại cho đến khi tan chảy trong chảo; hơi nguội. Chải khắp bánh tart.

o) Đánh kem còn lại cho đến khi cứng trong một cái bát.

p) Phô mai hoặc phết kem tươi lên mặt bánh.

q) Sắp xếp các hàng nho gọn gàng trong kem, bắt đầu từ các cạnh bên ngoài.

r) Cắt lát dứa làm đôi và đặt vào giữa.

s) Trang trí với các vòng bánh ngọt dành riêng.

68. Bánh tart trái cây trắng cao cấp

Làm cho: 1 khẩu phần

THÀNH PHẦN:
- Bánh nướng vỏ đơn; bánh 9 inch
- ⅓ cốc đường hạt
- ¼ cốc bột mì đa dụng
- 3 Lòng đỏ trứng
- 1 cái ly Sữa
- Gói 6 ounce White Baking Bars, cắt nhỏ
- 1 muỗng cà phê Tinh dầu vanilla
- ¼ cốc Mứt mơ; hâm nóng
- 2 Trái kiwi; bóc vỏ và thái lát
- 1 cái ly Quả mâm xôi
- Premier White Leaves, tùy chọn

HƯỚNG DẪN:
a) Dòng bánh tart 9 inch với bánh ngọt; cắt viền.
b) Chích bánh ngọt bằng nĩa. Nướng trong lò nướng 425 độ F đã làm nóng trước từ 10 đến 12 phút cho đến khi lớp vỏ có màu nâu nhạt. Làm mát đến nhiệt độ phòng.
c) Kết hợp đường và bột trong chảo; khuấy trong lòng đỏ trứng và sữa.
d) Nấu trên lửa vừa, khuấy liên tục cho đến khi hỗn hợp sôi.
e) Giảm nhiệt. Đun nhỏ lửa, khuấy liên tục trong 3 phút cho đến khi hỗn hợp đặc lại và mịn. Loại bỏ nhiệt.
f) Thêm thanh nướng và vani; khuấy cho đến khi mịn.
g) Ấn màng bọc thực phẩm trực tiếp lên bề mặt miếng trám; làm lạnh hoàn toàn.
h) Loại bỏ vỏ tart khỏi chảo. Chải mứt trên đáy; dễ dàng đứng trong 5 phút.
i) Trải đầy. Xếp trái cây lên trên. Sự ớn lạnh. Trang trí với Premier White Leaves, nếu muốn.

TART RAU CỦ

69. bánh khoai tây Alpine

Thực hiện: 10 phần ăn

THÀNH PHẦN:
- 7 củ khoai tây Idaho lớn
- 3 chén phô mai Thụy Sĩ, cắt nhỏ
- 3 chén kem nặng
- 3 muỗng cà phê tỏi, băm nhỏ
- 1 muỗng canh muối
- 2 muỗng cà phê tiêu đen, tươi nứt
- 1 muỗng canh Lá húng tây tươi, xắt nhỏ
- 1 muỗng cà phê Bơ, làm mềm
- Làm nóng lò ở 300 độ F.

HƯỚNG DẪN:
a) Gọt vỏ khoai tây và cắt thành lát dày khoảng ⅛-inch. Để qua một bên.

b) Trong một cái bát, kết hợp các lát khoai tây, một nửa pho mát bào nhỏ và kem, tỏi, muối, hạt tiêu và cỏ xạ hương. Trộn cho đến khi trộn đều.

c) Bôi trơn chảo bánh vuông 9 inch hoặc đĩa hầm bằng bơ mềm ở đáy và các mặt. Đặt hỗn hợp khoai tây vào đáy chảo và ấn chặt khi bạn thêm. Khi hỗn hợp đã ở trong chảo, hãy chắc chắn rằng nó được đóng gói chắc chắn. Trên cùng với nửa phô mai còn lại.

d) Nướng trong lò đã làm nóng trước cho đến khi mặt trên có màu vàng nâu, khoảng 1 tiếng rưỡi. Lấy khoai tây ra khỏi lò và để yên trong 15 phút trước khi cắt. Cắt thành hình vuông từ 2 đến 3 inch.

70. bánh atisô

Làm cho: 8 phần ăn

THÀNH PHẦN:
- 1 vỏ bánh nướng trong khuôn 10 sáo; đ
- 1 chảo bánh tart
- 2 muỗng canh dầu ô liu
- bánh xèo 1 ounce; thái sợi
- ½ chén hành băm nhỏ
- 2 muỗng canh hẹ băm nhỏ
- 6 ounce trái tim atisô thái sợi
- 1 muỗng canh tỏi băm
- ¼ chén kem nặng
- 3 muỗng canh húng quế tươi
- 1 nước cốt của một quả chanh
- ½ chén phô mai Parmigiano-Reggiano nạo
- ½ chén phô mai Asiago nạo
- 1 muối; hai phím
- 1 hạt tiêu đen mới xay; hai phím
- 1 chén nước sốt cà chua; ấm
- 1 muỗng canh húng quế
- 2 muỗng canh phô mai Parmesan bào

HƯỚNG DẪN:
a) Làm nóng lò ở 350 độ.
b) Trong chảo xào, làm nóng dầu ô liu.
c) Xào pancetta trong 1 phút.
d) Thêm hành tây và hẹ tây, xào trong 2 đến 3 phút.
e) Thêm trái tim và tỏi và tiếp tục xào trong 2 phút.
f) Thêm kem. Nêm với muối và hạt tiêu. Khuấy húng quế và nước cốt chanh.
g) Tắt bếp và để nguội. Rải hỗn hợp atisô vào đáy chảo tart. Rắc phô mai lên trên hỗn hợp.
h) Nướng trong 15 đến 20 phút hoặc cho đến khi pho mát tan chảy và có màu vàng nâu. Múc một thìa nước sốt vào giữa đĩa. Đặt một lát bánh tart vào giữa nước sốt.

i) Trang trí với phô mai bào và húng quế.

71. bí ngô phô mai bánh tart

Làm cho: 1

THÀNH PHẦN:
LỚP VỎ
- ¾ chén bột hạnh nhân
- ½ chén bột hạt lanh
- ¼ chén bơ
- 1 muỗng cà phê gia vị bánh bí ngô
- 25 giọt Stevia lỏng

ĐIỀN
a) 6 ounce kem phô mai thuần chay
b) ⅓ cốc bí ngô nghiền
c) 2 muỗng canh kem chua
d) ¼ cốc kem nặng thuần chay
e) 3 muỗng canh bơ
f) ¼ muỗng cà phê gia vị bánh bí ngô
g) 25 giọt Stevia lỏng

HƯỚNG DẪN:
a) Kết hợp tất cả các lớp vỏ thành phần khô và nhìn kỹ.
b) Nghiền cùng nhau thành phần khô với bơ và stevia lỏng cho đến khi tạo thành bột nhão.
c) Đối với khuôn bánh tart nhỏ của bạn, hãy cán bột thành những khối cầu nhỏ.
d) Nhấn bột vào mặt của khuôn bánh tart cho đến khi nó chạm và đi lên các mặt.
e) Kết hợp tất cả các thành phần làm đầy trong một cái bát.
f) Trộn các nguyên liệu làm nhân bằng máy xay sinh tố.
g) Khi các nguyên liệu làm nhân đã mịn, cho chúng vào vỏ bánh và làm lạnh .
h) Lấy ra khỏi tủ lạnh, cắt lát và phủ kem tươi lên trên nếu muốn.

72. Bánh rau củ nướng

Làm cho: 1 khẩu phần

THÀNH PHẦN:
- 450 gam Những quả khoai tây; bóc vỏ, nạo,
- 1 lớn Củ cải vàng; bóc vỏ và nạo
- 50 gram bột mì
- Muối và hạt tiêu mới xay
- 3 L5ml dầu thực vật
- 2 ớt; lõi và xắt nhỏ
- 1 Quả bí; cắt thành khối
- 2 Tỏi tép; nghiền
- 1 Hành đỏ; cắt thành khối
- 2 125 g khoai tây; được cọ rửa kỹ lưỡng
- 25 gam Pecorino chay; vảy

HƯỚNG DẪN:
a) Làm nóng lò trước ở nhiệt độ 220øC/425øF/Gas Mark 7

b) Trộn khoai tây nghiền, rau mùi tây và bột mì; nêm muối tiêu rồi kết lại với nhau bằng 2 thìa x 15ml/ 2 thìa dầu.

c) Chia thành 4 gò trên một tấm nướng đã được bôi mỡ và tạo hình thành các tổ có kích thước 10 cm / 4 inch với các cạnh hơi nhô lên. Che bằng màng bám và làm lạnh trong 30 phút.

d) Trong khi đó trộn ớt, bí, tỏi và hành tây. Cắt khoai tây theo chiều dọc thành những miếng vuông bằng nhau và thêm chúng vào các loại rau khác.

e) Cho rau vào phần dầu còn lại với muối và hạt tiêu sau đó nướng trong lò trong 20 phút.

f) Lật rau lại. Mở bánh tart ra và đặt chúng vào lò nướng trên một tờ giấy riêng, tiếp tục nấu thêm 20 phút nữa.

g) Chuyển bánh tart sang đĩa phục vụ và muỗng trong rau củ nướng.

h) Rắc phô mai pecorino lên trên và dùng ngay.

73. Rau củ nướng và bánh tart brioche phô mai dê

Làm cho: 8 phần ăn

THÀNH PHẦN:
- ½ oz Men tươi
- 3 ½ ounce Nước ấm
- 8 oz Bột mì trắng mịn
- 1 oz Đường
- 2 quả trứng
- 4 oz bơ không ướp muối
- 1 nhỏ Cà tím
- 1 phương tiện Quả bí
- 2 muỗng canh Dầu ô liu
- 15 g gói cỏ xạ hương tươi
- 2 Tỏi tép; thái lát dày
- 1 ớt đỏ
- 3 ½ oz pho mát dê; cắt lát
- Muối và hạt tiêu đen mới xay

HƯỚNG DẪN:
a) Làm nóng lò ở 400 F.
b) Trộn men với nước ấm, thêm 4 muỗng canh bột mì, dùng màng bọc thực phẩm đậy kín miệng bát và để ở nơi ấm áp trong vòng 10-15 phút.
c) Đặt bột còn lại vào một cái bát.
d) Thêm đường, trứng, hỗn hợp men và một chút muối. Đánh đều trong 5 phút.
e) Dùng màng bọc thực phẩm bọc tô lại và để bột ở nơi ấm áp trong 30 phút hoặc cho đến khi bột nở gấp đôi.
f) Cắt cà tím và bí xanh theo chiều dọc.
g) Đặt những thứ này lên một tấm nướng và chải bằng dầu ô liu. Rắc 1 nhánh tỏi và ít húng tây lên trên. Nướng trong 10 phút.
h) Đặt ớt đỏ vào khay riêng, phết dầu ô liu, rắc tỏi và húng tây. Nướng trong lò 20 phút cho đến khi mềm. Khi nguội loại bỏ da.

i) Khi bột brioche đã tăng gấp đôi kích thước, đưa bát trở lại máy trộn và dần dần đánh bơ mềm. Đậy bát bằng màng bọc thực phẩm và đặt bát ở nơi ấm áp thêm 30 phút nữa.

j) Khi bánh mì đã tăng gấp đôi kích thước, khoảng 30-40 phút, hãy lấy nó ra khỏi bát. Rắc nhẹ bột lên bề mặt làm việc và cán bột dày ¾ inch rồi đặt bột vào đế hộp chống dính.

k) Sắp xếp phô mai dê và rau nướng lên trên bột để lại ¾ inch xung quanh mép ngoài. Rắc cỏ xạ hương tươi và nêm muối và hạt tiêu đen mới xay.

l) Nướng trong lò 35 phút cho đến khi vàng nâu.

m) Lấy ra khỏi hộp và chải với dầu ô liu còn lại.

74. Tart rau măn

Thực hiện: 6 phần ăn

THÀNH PHẦN:
VỎ BÁNH
- 2 tách Bột mì trắng chưa tẩy trắng
- ⅓ cốc Bột mì
- ½ muỗng cà phê Muối
- ½ cốc Dầu thực vật
- 4 muỗng canh Sữa tách kem hoặc ít chất béo; khi cần thiết, lên đến 5
- 4 thìa cà phê Dầu ô liu
- 2 lớn Hành; cắt lát
- ½ muỗng cà phê Muối
- ¼ thìa cà phê Hạt tiêu vừa mới nghiền
- 2 phương tiện Quả bí; xắt lát mỏng
- 3 Cà chua mận; xắt lát mỏng

HƯỚNG DẪN:
a) Làm nóng lò ở 400 F. Trong một cái bát, trộn cả bột mì và muối.
b) Dần dần thêm dầu, khuấy hỗn hợp bằng nĩa cho đến khi vụn. Dùng nĩa khuấy đều, thêm một lượng sữa vừa đủ cho đến khi hỗn hợp thành một khối. Định hình thành một đĩa nhỏ.
c) Lăn bột giữa hai tờ giấy sáp thành hình tròn 12 inch dày khoảng ¼ inch.
d) Lấy tờ giấy trên cùng ra và úp ngược bột mà không kéo căng thành khuôn bánh tart tròn 9 inch có đáy có thể tháo rời.
e) Cẩn thận bóc mảnh giấy sáp trên cùng. Đặt bột dọc theo đáy và các mặt của khuôn bánh tart và cắt các cạnh.
f) Lót lỏng lớp vỏ bằng giấy bạc và đổ đầy đậu khô hoặc khối lượng bánh.
g) Nướng trong 15 phút. Lấy giấy bạc và đậu ra nướng cho đến khi có màu vàng nâu, khoảng 15 phút nữa. Chuyển sang giá dây và để nguội. Giảm nhiệt độ lò xuống 375 F.
h) Trong một chảo lớn, đun nóng dầu trên lửa vừa.

i) Thêm hành tây và nấu, thỉnh thoảng khuấy, cho đến khi vàng nâu, 15 đến 20 phút.

j) Chuyển sang lớp vỏ và trải đều. Nêm chút muối và hạt tiêu.

k) Thêm zucchini vào chảo và nấu cho đến khi vàng nhẹ, khoảng 2 phút mỗi bên.

l) Sắp xếp các lát bí xanh và cà chua thành các vòng tròn xen kẽ trên hành tây, rắc muối và tiêu còn lại. Nướng cho đến khi cà chua mềm, khoảng 25 phút. Ăn nóng hoặc chuyển sang giá để nguội, sau đó cho vào tủ lạnh cho đến khi sẵn sàng phục vụ.

75. Bánh su kem rau củ

Làm cho: 1 khẩu phần

THÀNH PHẦN:
- ¼ cân Anh Các loại nấm rừng và lạ p
- 5 lát hành tây đỏ
- 5 lát Cà tím
- 10 lát Quả bí
- 10 lát bí vàng
- ¼ cốc Dầu ô liu
- Muối và hạt tiêu đen mới xay để nếm
- 4 lớn Lòng đỏ trứng
- 2 tách Kem béo
- ½ cốc Parmigiano-Reggiano mới bào phô mai
- 1 muỗng canh Lá mùi tây tươi xắt nhỏ
- 1 dấu gạch ngang nước sốt Worrouershire
- 1 chút nước sốt nóng
- ½ Bột làm bánh cơ bản; lăn ra

HƯỚNG DẪN:
a) Làm nóng lò ở 400 độ.
b) Cho nấm và rau vào tô, thêm dầu ô liu, nêm muối và tiêu. Tung hai chiếc áo khoác.
c) Trải đều rau trên một tấm nướng lớn và nướng cho đến khi vàng nhẹ, khoảng 20 phút.
d) Lấy ra khỏi lò và để nguội.
e) Giảm nhiệt độ lò xuống 350 độ.
f) Trong một bát khác, kết hợp lòng đỏ trứng và kem nặng và đánh đều. Thêm phô mai, rau mùi tây, Worcestershire và nước sốt nóng, nêm muối và hạt tiêu.
g) Đánh đều để trộn.
h) Lót khuôn bánh sâu 10 inch với lớp vỏ bánh và gấp mép.
i) Xếp cà tím, sau đó là bí, bí xanh, nấm và hành tây vào đáy chảo.
j) Đổ đều hỗn hợp trứng lên trên.
k) Nướng cho đến khi phần giữa đông lại và mặt trên có màu vàng, khoảng 50 phút.

l) Lấy ra khỏi lò và để nguội trong 5 phút trước khi cắt để phục vụ.

BÁNH PHÔ MAI

76. Bánh tart phô mai Alsatian

Thực hiện: 10 phần ăn

THÀNH PHẦN:
- 4 chén bột bánh
- ⅝ cốc Đường
- 2½ que bơ ngọt
- 1 quả trứng
- 16 ounce phô mai Ricotta
- ¾ cốc kem nặng
- 4 quả trứng lớn, tách ra
- nước chanh tươi
- nhúm hạt đậu vani tươi HOẶC
- 2 giọt đến 3 giọt chiết xuất vani
- 2 muỗng canh Kirsch
- ¾ cốc đến 1 cốc đường
- ½ muỗng cà phê bột quế
- 1 muỗng cà phê chiết xuất vani
- Vỏ bào của ½ quả chanh

HƯỚNG DẪN:
a) Trộn đều tất cả các nguyên liệu, không làm quá bột. Để bột nghỉ 30 phút trước khi sử dụng.
b) Làm nóng lò ở 375F. Cán mỏng bột trên một bề mặt đã được rắc bột và lót đáy và các mặt của khuôn bánh tart/pie 9 inch đến 10 inch bằng bột.
c) Đánh ricotta và kem với nhau trong một cái bát; thêm lòng đỏ trứng, đường, quế, vani, kirsch và vỏ chanh. Trộn kỹ cho đến khi rất mịn.
d) Đánh lòng trắng trứng cho đến khi cứng và nhẹ nhàng trộn chúng vào bột.
e) Đổ bột vào chảo lót bánh ngọt.
f) Nướng trong 40 đến 45 phút, hoặc cho đến khi hơi phồng và rất nâu. Làm nguội bánh hoàn toàn, sau đó làm lạnh trong vài giờ trước khi cắt.

77. Bánh tart phô mai Amaretto

Thực hiện: 24 phần ăn

THÀNH PHẦN:
- ⅓ chén hạt hướng dương hoặc hạnh nhân xay mịn
- 8 ounce pho mát kem
- 1 quả trứng
- ⅓ chén dừa nạo không đường
- 2 thìa mật ong
- 2 muỗng canh rượu mùi Amaretto

HƯỚNG DẪN:
a) Lót giấy lót vào cốc của hai hộp bánh nướng xốp.
b) Kết hợp hạt hướng dương và dừa.
c) Đặt 1 muỗng cà phê hỗn hợp này vào mỗi lớp lót.
d) Nhấn xuống bằng mặt sau của thìa để che đáy.
e) Làm nóng lò ở 325F.
f) Để làm nhân bánh, cắt pho mát kem thành 8 khối và trộn với trứng, mật ong và Amaretto trong máy xay thực phẩm, máy xay sinh tố hoặc tô cho đến khi mịn và có dạng kem.
g) Đặt một muỗng canh nhân vào mỗi cốc tartlet và nướng trong 15 phút

78. Bánh phô mai Bỉ

Làm cho: 8 phần ăn

THÀNH PHẦN:
- loại bánh mì ngắn
- ½ cân pho mát kem
- 3 muỗng canh đường bánh kẹo
- 1 muỗng cà phê Nước chanh
- 2 trứng; Lớn
- ⅔ cốc Kem béo

HƯỚNG DẪN:
a) Làm nóng lò nướng ở nhiệt độ 350 độ F. Trong một cái bát, đánh phô mai, đường và nước cốt chanh cho đến khi hỗn hợp nhẹ và xốp. Thêm trứng vào, đánh từng quả một sau mỗi lần thêm. Đánh cho đến khi rất mịn sau lần thêm cuối cùng.

b) Khuấy kem và đổ hỗn hợp vào lớp vỏ đã chuẩn bị.

c) Phết lên mặt bánh tart một quả trứng và đường bánh kẹo đã được đánh cùng nhau.

d) Nướng trong 25 phút hoặc cho đến khi được thiết lập. Làm nguội đến nhiệt độ phòng và sau đó làm lạnh trước khi phục vụ.

79. Ớt chuông và bánh tart phô mai

Thực hiện: 6 phần ăn

THÀNH PHẦN:
- 1½ cốc bột mì đa dụng
- 1 muỗng cà phê Đường
- ¼ thìa cà phê Muối
- ½ chén bơ ướp lạnh không ướp muối, cắt thành từng miếng
- 4 muỗng canh nước đá
- 10 Ngọn măng tây, tỉa và cắt thành miếng 1 inch
- 3 muỗng canh Dầu ô liu
- 2 Ớt chuông đỏ, cắt miếng cỡ que diêm
- 2 Ớt chuông xanh, cắt miếng cỡ que diêm
- 2 nhỏ Tỏi tây, cắt thành dải cỡ que diêm
- 1 cái ly Bào phô mai Gruyere
- 1 cái ly Phô mai mozzarella nạo

HƯỚNG DẪN:
ĐỐI VỚI LỚP VỎ:
a) Trộn bột mì, đường và muối trong một bộ xử lý thực phẩm.
b) Thêm bơ và cắt bằng cách sử dụng bật / tắt cho đến khi hỗn hợp giống như một bữa ăn thô.
c) Trộn một lượng nước vừa đủ bằng muỗng canh cho đến khi bột bắt đầu vón cục lại với nhau.
d) Tập hợp bột thành một quả bóng; làm phẳng nó thành một cái đĩa.
e) Bọc trong nhựa và làm lạnh trong 1 giờ.
f) Làm nóng lò ở 350'F.
g) Bôi trơn chảo tart có đường kính 9 inch với đáy có thể tháo rời.
h) Cán bột trên bề mặt làm việc đã được rắc nhẹ bột thành hình tròn dày ⅛ inch. Chuyển bột vào chảo tart đã chuẩn bị. Cắt các cạnh.
i) Đóng băng trong 15 phút. Lớp vỏ bằng giấy bạc. Đổ đầy đậu khô. Nướng trong 15 phút.
j) Loại bỏ giấy bạc và đậu.
k) Nướng cho đến khi vàng nhẹ trên các cạnh, khoảng 15 phút.

ĐỂ ĐIỀN:

l) Mang một nồi nước lớn để đun sôi. Thêm măng tây và chần trong 2 phút. Làm khô hạn. Chuyển sang một bát nước đá và làm mát.

m) Làm khô hạn. Đun nóng dầu trong chảo lớn nặng ở nhiệt độ cao. Thêm ớt chuông và tỏi tây và xào cho đến khi mềm, khoảng 10 phút.

n) Chuyển sang một cái bát. Trộn măng tây.

o) Làm nóng lò ở 350'F. Trộn Gruyere vào rau.

p) Chuyển hỗn hợp vào lớp vỏ.

q) Rắc phô mai mozzarella. Nướng bánh tart cho đến khi phô mai tan chảy, khoảng 10 phút. Phục vụ nóng.

80. Bánh tart phô mai ăn sáng

Làm cho: 1 khẩu phần

THÀNH PHẦN:
- Bánh ngọt cho bánh 9 inch; Sử dụng vỏ bánh cơ bản
- 8 giống beo phô mai Thụy Sĩ hoặc Jarlsberg; cắt thành khối
- 1 bảng Phô mai ri-cô-ta
- 3 trứng
- 1 phương tiện Củ hành; thái nhỏ
- 2 Tỏi tép; ép
- ½ muỗng cà phê tiêu sọ
- 2 phương tiện Cà chua chín cỡ; bóc vỏ và thái lát mỏng
- 1 muỗng cà phê Dầu ôliu siêu nguyên chất
- 1 muỗng canh hẹ tươi
- 1 muỗng canh Rau mùi tây băm nhỏ
- 1 muỗng cà phê húng tây tươi xắt nhỏ;
- 1 muỗng cà phê Húng quế tươi xắt nhỏ;

HƯỚNG DẪN:

a) Làm nóng lò ở 450 độ. Sử dụng khuôn tart 9 inch x 1 inch có đáy có thể tháo rời. Xịt đều bằng bình xịt nấu ăn hoặc dầu mỡ.

b) Nhấn bánh ngọt để phù hợp với chảo. Cắt nhẹ nhàng cách mép chảo khoảng 1 inch, sau đó gấp mép lại và uốn nếp để tạo thành mép có rãnh hấp dẫn và chắc chắn. Lót chảo bằng giấy nhôm mà bạn đã xịt nước xịt nấu ăn lên cả hai mặt, sau đó đặt khuôn bánh thủy tinh 8 hoặc 9 inch vào bên trong giấy bạc.

c) Lật ngược bộ phận lắp ráp trên tấm cookie và nướng trong 9 phút. Lấy chảo ra khỏi lò, lật lại và lấy đĩa bánh và giấy bạc ra.

d) Quay trở lại lò nướng và nướng lâu hơn 5 phút. Hủy bỏ từ trên và đặt sang một bên. Hạ nhiệt độ lò xuống 350 độ. Trong máy xay sinh tố hoặc bát làm việc của máy chế biến thực phẩm, kết hợp Jarlsberg, ricotta, trứng, hành, tỏi và hạt tiêu.

e) Whirl cho đến khi mịn và pha trộn tốt. Đổ đều vào vỏ đã nướng, Đặt khuôn lên khay nướng. Nướng trong 25 đến 30 phút cho đến khi nhân được đặt một phần. Trong khi đó, để ráo các lát cà chua trên khăn giấy. Lấy bánh tart ra khỏi lò.

f) Xếp các lát cà chua lên trên xung quanh mép. Quay trở lại lò nướng và nướng trong 30 đến 35 phút, cho đến khi con dao được đưa vào trung tâm sạch sẽ. Chải cà chua với dầu ô liu và rắc các loại thảo mộc tươi. Dễ đứng 20 phút. Tháo các mặt của khuôn tart bằng cách ấn lên trên phần đáy có thể tháo rời.

g) Bày ra đĩa tròn, trang trí với rau thơm và dùng.

81. Bánh tart bơ tỏi và phô mai

Làm cho: 8 phần ăn

THÀNH PHẦN:
- 1 Vỏ bánh đông lạnh
- 1 muỗng cà phê florua
- 3 ounce pho mát kem, làm mềm
- Gói 6 ½ oz tỏi và gia vị Phô mai phết kem
- 2 muỗng canh Bơ
- 3 trứng
- ¼ thìa cà phê xạ hương
- ¼ thìa cà phê ớt đỏ xay
- ½ cốc Sữa hoặc kem nặng

HƯỚNG DẪN:
a) Làm nóng lò ở 375F.
b) Lót đĩa bánh với lớp vỏ; rắc nhẹ bột mì.
c) Đánh phô mai và bơ cho đến khi mịn. Thêm trứng, cỏ xạ hương và ớt đỏ; đánh cho đến khi nhẹ và kem. Đánh trong sữa cho đến khi hòa quyện. Đổ vào vỏ bánh.
d) Nướng, ở một phần ba dưới của lò, trong khoảng 30 phút cho đến khi nhẹ và phồng lên và kiểm tra một con dao sạch sẽ. Nếu vàng quá nhanh, hãy đậy bằng giấy bạc trong 10 phút nấu cuối cùng.
e) Đặt trên giá dây và để nguội đến nhiệt độ phòng.

82. Bánh tart phô mai cà ri và tương ớt

Thực hiện: 24 phần ăn

THÀNH PHẦN:
- 16 ounce pho mát kem
- 2 muỗng cà phê bột cà ri
- 2 muỗng canh rượu sherry
- 8 ounce phô mai Cheddar; băm nhỏ
- 4 Hành lá; xắt lát mỏng
- 9 ounce Hũ tương ớt

HƯỚNG DẪN:
a) Đặt các gói phô mai kem chưa mở trong một cốc thủy tinh 2 lít.
b) Lò vi sóng ở mức trung bình trong 2 phút rưỡi.
c) Trộn bột cà ri và rượu sherry. Cho Cheddar và ¾ củ hành tây vào; trộn đều.
d) Múc hỗn hợp lên đĩa phục vụ theo hình tròn 8 inch.
e) Sử dụng thìa để tạo thành hình bánh tart, tạo các cạnh trong khi thụt vào phần trên.
f) Cho tương ớt vào máy xay sinh tố và xay nhuyễn thành hỗn hợp đồng nhất.
g) Đổ vào chỗ lõm của bánh tart phô mai. Làm lạnh cho đến khi chắc chắn.
h) Để phục vụ, trang trí trên cùng với hành tây còn lại.

83. bánh phô mai Pháp

Thực hiện: 12 phần ăn

THÀNH PHẦN:
- 2 tách bột mì đa dụng; chưa sàng lọc
- ¼ thìa cà phê Muối
- ½ muỗng cà phê Bột nở
- ⅔ cốc Bơ hoặc bơ thực vật
- ⅓ cốc đường hạt
- 2 Lòng đỏ trứng
- 2 muỗng canh Kem béo
- ½ muỗng cà phê vỏ chanh nạo
- 4 muỗng canh Bơ hoặc bơ thực vật
- ⅔ cốc đường hạt
- 2 tách Phô mai khô
- 1 Lòng đỏ trứng
- ¼ cốc Kem béo
- ⅓ cốc nho khô vàng
- ½ muỗng cà phê Vỏ chanh nạo
- 1 Lòng trắng trứng; hơi bị đánh
- đường bánh kẹo

HƯỚNG DẪN:
a) Vào một cái bát, rây bột mì, muối và bột nở.

b) Với máy xay bánh ngọt, cắt bơ cho đến khi hỗn hợp giống như vụn thô.

c) Thêm ⅓ cốc đường cát, 2 lòng đỏ trứng, 2 thìa kem đặc và ½ thìa vỏ chanh; bằng nĩa, trộn cho đến khi bánh ngọt dính lại với nhau.

d) Bật ra trên một bề mặt bột nhẹ; nhào cho đến khi mịn, khoảng 2 phút.

e) Hình thành một quả bóng; bọc trong giấy sáp. Làm lạnh bánh ngọt trong 30 phút. làm phô mai

ĐỔ ĐẦY:
f) Trong một cái bát có máy trộn điện ở tốc độ cao, đánh bơ, đường cát và phô mai cho đến khi kết hợp tốt, khoảng 3 phút.

g) Thêm lòng đỏ trứng và kem; đánh bại tốt. Khuấy nho khô và vỏ chanh. Làm nóng lò ở 350 F.

h) mỡ nhẹ chảo nướng 13x9x2". Chia đôi bánh ngọt.

i) Trên một bề mặt bột nhẹ, lăn một nửa bánh ngọt thành hình chữ nhật 13x9".

j) Lắp vào đáy chảo đã chuẩn bị. Đổ nhân vào, dàn đều.

k) Chia phần bánh ngọt còn lại làm đôi. Cắt một nửa thành 5 miếng bằng nhau.

l) Trên một tấm bảng, cuộn từng mảnh thành một dải giống như bút chì dài 13 inch.

m) Sắp xếp các dải này theo chiều dọc, cách nhau 1½ " khi đổ đầy.

n) Với phần bánh ngọt còn lại, tạo các dải đủ để vừa theo đường chéo, cách nhau 1 ½ inch, trên các dải theo chiều dọc.

o) Chải dải bánh ngọt với lòng trắng trứng.

p) Nướng trong 40 phút hoặc cho đến khi vàng nâu. Dễ dàng đứng trong 5 phút.

q) Sau đó rắc đường bánh kẹo và cắt thành hình vuông 3 inch. Phục vụ ấm áp.

84. Phô mai dê và bánh tart rau bina

Làm cho: 8 phần ăn

THÀNH PHẦN:
- ½ cốc hành tây xắt nhỏ
- 1 muỗng canh dầu ô liu
- 3 chén rau bina bỏ cuống và rửa sạch
- 5 trứng
- 1½ cốc phô mai dê tươi
- 2 tách kem béo
- 1 muối; hai phím
- 1 hạt tiêu trắng mới xay; hai phím
- 1 vỏ bánh tart nướng sẵn chín inch
- 2 muỗng canh hẹ xắt nhỏ
- 2 muỗng canh ớt chuông đỏ thái hạt lựu

HƯỚNG DẪN:
a) Làm nóng lò trước ở 350 độ. Trong chảo, nấu hành tây trong dầu cho đến khi mềm, 5 phút; thêm rau bina, một nắm sau một giờ, khuấy đều.

b) Nấu cho đến khi rau bina héo, tiết ra chất lỏng và chất lỏng bay hơi.

c) Chuyển sang một cái bát để nguội. Trong một bát khác, đánh trứng với phô mai dê để trộn đều, thêm kem và khuấy trong hỗn hợp rau bina đã nguội; Nêm với muối và hạt tiêu. Đổ vỏ bánh tart. Nướng trong 30 phút, cho đến khi phần sữa trứng cứng lại ở các mặt nhưng vẫn hơi ẩm ở giữa.

d) Để nguội trên giá khoảng 10 phút trước khi cắt thành miếng. Phục vụ trang trí với hẹ cắt nhỏ và ớt đỏ thái hạt lựu.

85. Bánh tart phô mai dứa vàng

Thực hiện: 12 phần ăn

THÀNH PHẦN:
- 2 tách bột mì chưa rây
- ¼ thìa cà phê Muối
- ½ muỗng cà phê Bột nở
- ⅔ cốc Bơ hoặc bơ thực vật
- ⅓ cốc Đường
- 2 Lòng đỏ trứng
- 2 muỗng canh Kem
- ½ muỗng cà phê vỏ chanh nạo
- 8 giống beo Nghiền dứa
- 4 muỗng canh Bơ hoặc bơ thực vật
- ⅔ cốc Đường
- 16 ounce Phô mai kem, làm mềm
- 1 Lòng đỏ trứng
- ¼ cốc Kem béo
- ½ cốc nho khô vàng
- 1 muỗng cà phê vỏ chanh nạo

HƯỚNG DẪN:
BÁNH NGỌT:
a) Trong một cái bát, rây bột mì, muối và bột nở.
b) Với máy xay bánh ngọt, cắt ⅔ cốc bơ cho đến khi hỗn hợp giống như vụn thô.
c) Thêm đường, 2 lòng đỏ trứng, kem và vỏ chanh.
d) Trộn bằng tay cho đến khi hỗn hợp giữ lại với nhau. Bột và nhào trong khoảng 2 phút,
e) Làm lạnh bánh ngọt trên giấy sáp trong 30 phút.
f) Để ráo nước dứa và làm nóng lò ở nhiệt độ 350 độ F. Mỡ chảo dạng lò xo 10 inch.
g) Tháo mặt bên của chảo.
ĐỔ ĐẦY:
h) Trong một cái bát, đánh bơ, đường và pho mát kem ở tốc độ cao cho đến khi hòa quyện.

i) Thêm lòng đỏ trứng và kem. Khuấy dứa, nho khô và vỏ chanh. Để qua một bên.

j) Đặt ¾ bột bánh ngọt vào đáy khuôn lò xo.

k) Cán bột cho vừa khuôn. Nướng 12 phút hoặc cho đến khi vàng; mát mẻ. Thay mặt lò xo từ chảo.

l) Đổ đầy vào chảo - trải đều.

m) Trang trí phần trên cùng của nhân với phần bánh ngọt còn lại.

n) Nướng trong 40 phút hoặc cho đến khi vàng nâu. Để nguội trong 10 phút. Rắc đường bánh kẹo. Thưởng thức khi còn nóng hoặc ở nhiệt độ phòng. Bảo quản lạnh.

86. Quả nho tinh thần bánh tart nho với phô mai fontina

Làm cho: 8 phần ăn

THÀNH PHẦN:
- ½ cốc Nước sôi
- ¼ cốc Nho khô
- 6 lát Bánh mì trắng ¾ ounce mỗi lát
- Xịt nấu rau
- 1½ cốc Sữa tách béo; đã chia ra
- 1¼ cốc Phô mai fontina thái hạt lựu 5 ounce
- 1¼ cốc nho đỏ không hạt; một nửa
- 2 muỗng canh bột mì đa dụng
- ⅓ cốc Đường
- 2 muỗng canh Bột ngô vàng
- 1 muỗng cà phê Vỏ chanh nạo
- 3 Lòng trắng trứng; đánh nhẹ
- 1 Trứng; đánh nhẹ
- 1 muỗng cà phê Dầu ôliu siêu nguyên chất
- 1 muỗng canh Đường
- 2 thìa cà phê hương thảo tươi xắt nhỏ

HƯỚNG DẪN:
a) Làm nóng lò trước ở 350 độ.
b) Kết hợp nước sôi và nho; dễ đứng trong 15 phút. Xả và đặt sang một bên. Cắt vỏ bánh mì; loại bỏ lớp vỏ.
c) Cắt mỗi lát thành 4 hình tam giác; đặt các hình tam giác thành một lớp trong đĩa quiche 10 inch được phủ bằng bình xịt nấu ăn. Đổ ½ cốc sữa lên bánh mì; dễ dàng đứng trong 5 phút. Phủ nho, pho mát và nho lên trên.
d) Cho bột mì vào tô, thêm dần 1 cốc sữa còn lại vào, dùng phới lồng khuấy đều cho đến khi hòa quyện.
e) Khuấy ⅓ cốc đường, bột ngô, vỏ chanh, lòng trắng trứng và trứng; đổ lên bánh tart. Rưới dầu lên bánh, rắc 1 thìa đường và lá hương thảo.
f) Nướng trong 45 phút hoặc cho đến khi chín; làm mát dễ dàng trên giá dây

87. Bánh tart pho mát Herbed

Thực hiện: 24 phần ăn

THÀNH PHẦN:
- ⅓ cốc vụn bánh mì khô mịn hoặc zwieback nghiền mịn
- 8 giống beo Gói kem phô mai, làm mềm
- ¾ cốc Phô mai kiểu kem
- ½ cốc Phô mai Thụy Sĩ cắt nhỏ
- 1 muỗng canh bột mì đa dụng
- ¼ thìa cà phê húng quế khô, nghiền nát
- ⅛ muỗng cà phê Bột tỏi
- 2 trứng
- sơn xịt chống dính
- sữa chua
- ô liu chín, thái lát hoặc thái lát, trứng cá muối đỏ
- ớt đỏ nướng

HƯỚNG DẪN:
a) Đối với phần vỏ bánh, hãy phun lớp chống dính lên 24 cốc muffin 1¾ inch.
b) Rắc vụn bánh mì hoặc zwieback đã nghiền nát lên đáy và các mặt để phủ lên.
c) Lắc chảo để loại bỏ vụn thừa. Để qua một bên.
d) Trong một bát trộn nhỏ, kết hợp phô mai kem, phô mai tươi, phô mai Thụy Sĩ, bột mì, húng quế và bột tỏi. Đánh bằng máy trộn điện ở tốc độ trung bình cho đến khi mịn.
e) Thêm trứng; đánh bại ở tốc độ thấp chỉ cho đến khi kết hợp. Đừng đánh quá cao.
f) Đổ đầy mỗi cốc bánh nướng xốp lót bằng 1 muỗng canh hỗn hợp phô mai. Nướng trong lò nướng 375 độ F trong 15 phút hoặc cho đến khi các tâm xuất hiện.
g) Làm nguội trong chảo trên giá dây trong 10 phút. Lấy ra khỏi chảo.
h) Làm mát hoàn toàn trên giá đỡ dây.
i) Để phục vụ, phết kem chua lên trên. Trang trí với ô liu, trứng cá muối, hẹ, và/hoặc ớt đỏ và ô liu cắt miếng. Làm cho: 24 bánh tart.

j) Nướng và làm nguội bánh tart theo hướng dẫn, ngoại trừ việc không phết kem chua hoặc trang trí lên trên.

k) Đậy nắp và làm lạnh trong tủ lạnh tối đa 48 giờ. Để bánh tart ở nhiệt độ phòng trong 30 phút trước khi ăn.

l) Phết kem chua và trang trí theo hướng dẫn.

88. Bánh phô mai Địa Trung Hải

Thực hiện: 12 phần ăn

THÀNH PHẦN:
- số 8 Tấm bột phyllo đông lạnh; rã đông
- ¼ cốc Bơ; tan chảy
- ¼ cốc Parmesan cheese; nạo
- ½ cốc Củ hành; băm nhỏ
- 1 muỗng cà phê hương thảo tươi; bị cắt
- ¼ thìa cà phê hương thảo khô, nghiền nát)
- 1 muỗng canh Dầu ô liu
- 5 lạng rau bina xắt nhỏ đông lạnh; rã đông
- ⅓ cốc Hạt thông nướng hoặc quả óc chó
- 1 trứng
- 1 cái ly Phô mai ri-cô-ta
- ½ cốc Phô mai Feta; vỡ vụn
- ¼ cốc Cà chua sấy gói dầu; ráo nước
- ¼ thìa cà phê tiêu xay thô
- 1 muỗng canh Parmesan cheese; nạo

HƯỚNG DẪN:
a) Mở phyllo; bọc nó bằng bọc nhựa hoặc khăn ẩm để giữ cho nó không bị khô.
b) Trên một bề mặt làm việc khô ráo, đặt một tấm phyllo; chải bằng bơ.
c) Phủ một lớp phyllo khác lên trên, phết bơ và rắc 1 thìa phô mai Parmesan.
d) Lặp lại với các tấm phyllo, bơ và Parmesan còn lại.
e) Sử dụng kéo làm bếp, cắt phyllo thành hình tròn 11 inch.
f) Dễ dàng trải đều phyllo vào chảo đã chuẩn bị, xếp nếp khi cần thiết và cẩn thận không làm rách phyllo. Đậy chảo bằng khăn hơi; để qua một bên.
g) Đối với nhân: nấu hành tây và hương thảo trong dầu ô liu trong chảo vừa cho đến khi hành tây mềm. Khuấy rau bina và hạt thông.
h) Trải trong chảo dạng lò xo có lót phyllo. Để qua một bên.

i) Đập nhẹ trứng vào tô. Khuấy ricotta, feta, cà chua và hạt tiêu. Cẩn thận phết lên hỗn hợp rau bina. Rắc 1 muỗng canh phô mai Parmesan.

j) Đặt khuôn dạng lò xo lên khay nướng nông trên giá đỡ lò nướng. Nướng trong lò 350 độ trong 35 đến 40 phút hoặc cho đến khi phần giữa gần như đông lại khi lắc.

k) Làm nguội bánh tart trong chảo dạng lò xo trên giá dây trong 5 phút. Nới lỏng các cạnh của chảo. Làm mát thêm 15 đến 30 phút nữa. Trước khi phục vụ, loại bỏ các mặt của lò xo ra khỏi chảo. Phục vụ ấm áp.

89. bánh tart chanh

Làm cho: 1 khẩu phần

THÀNH PHẦN:
- ¼ cốc Nước chanh
- Vỏ nạo của 1 ½ quả chanh
- ½ cốc Thêm 1 thìa đường
- 2 trứng; nhịp
- ¼ cốc Bơ hoặc bơ thực vật -Cream Cheese Shells---
- ½ cốc Bơ hoặc bơ thực vật; làm mềm
- 3 lạng Gói phomai kem; làm mềm
- 1 cái ly bột mì đa dụng
- Kem đánh

HƯỚNG DẪN:
a) Kết hợp nước cốt chanh, vỏ và đường trên nồi đun đôi; khuấy trong trứng và bơ.
b) Nấu qua nước sôi, khuấy liên tục cho đến khi đặc lại.
c) Thìa nhân kem phô mai; trang trí với kem tươi.
d) Kết hợp bơ và pho mát kem, trộn cho đến khi mịn; thêm bột mì, trộn đều. Làm lạnh trong 1 giờ.
e) Định hình bột thành những quả bóng 1 inch; đặt từng cái vào một chiếc cốc muffin thu nhỏ đã được bôi mỡ kỹ, tạo hình thành một chiếc vỏ.
f) Nướng ở 350 độ trong 25 phút. Để nguội trước khi đổ đầy.

90. Bánh tart kem phô mai đu đủ với hạt macadamia

Làm cho: 8 phần ăn

THÀNH PHẦN:
- 2 tách Bột mì
- 6 ounce khối bơ lạnh không ướp muối
- ¼ thìa cà phê Muối
- ½ muỗng cà phê Đường
- ⅓ cốc Nước lạnh
- 12 ounces kem phô mai
- 4 lạng Kem đánh bông nặng
- ½ cốc Đường mịn
- ½ muỗng cà phê Tinh dầu vanilla
- 1 Đu đủ chín, gọt vỏ, cắt thành lát ¼ inch
- ½ cốc Men đào, tan chảy
- ½ cốc Hạt Macadamia, nướng
- 8 ounce sô cô la đắng
- 8 ounce sô cô la Semisweet
- 2½ cốc Kem béo
- 4 muỗng canh Nước ấm

HƯỚNG DẪN:
a) Chuẩn bị vỏ Tart-- Rây bột mì, muối và đường với nhau. Phủ các viên bơ với hỗn hợp bột mì và nước rồi nhào cho đến khi dẻo, nhưng không đồng nhất.

b) Để lại những mẩu bơ nguyên chất, nếu không, bột sẽ trở nên quá đàn hồi. Nhẹ nhàng lăn bột đến độ dày ¼ inch và đặt nó lên một cái chảo tart. Cắt các cạnh và chọc vào đáy bánh ngọt bằng nĩa. Nướng trong lò ở nhiệt độ 350 độ F trong khoảng mười phút hoặc cho đến khi vỏ bánh hơi chuyển sang màu nâu. Sự ớn lạnh.

c) Chuẩn bị phần nhân kem phô mai-- Đánh bông kem tươi cho đến khi tạo thành chóp mềm. Trong một máy trộn, đánh pho mát kem cho đến khi nó trở nên bông xốp. Cho kem đánh bông, đường bột và chiết xuất vani vào.

d) Để qua một bên.

e) Đổ hỗn hợp pho mát kem vào vỏ bánh tart.

f) Sắp xếp các lát đu đủ theo hình chong chóng trên lớp pho mát kem. Đặt hạt mắc ca vào giữa bánh tart. Với một bàn chải bánh ngọt, phủ một lớp men đào lên trên mặt bánh tart. Làm lạnh trong ½ giờ trước khi phục vụ.

g) Chuẩn bị nước sốt sô cô la - Đun nóng sô cô la đắng, sô cô la bán ngọt, kem nặng và nước ấm trong nồi, khuấy thường xuyên cho đến khi nước sốt sánh mịn.

h) Để phục vụ-- Cắt bánh tart thành 8 miếng. Rưới sốt sô cô la lên đĩa và đặt một miếng bánh tart lên mỗi đĩa.

91. Bánh tart phô mai Ricotta và rau bina

Thực hiện: 6 phần ăn

THÀNH PHẦN:
- 14oz bột mì mạnh
- 1 nhúm Muối
- 1 gói Waitrose Húng quế tươi và cỏ xạ hương, xắt nhỏ
- 3 muỗng canh dầu ô liu
- 3 Trứng, nhịp đập
- 250g hũ phô mai Ricotta
- Gói 500g cải bó xôi nguyên lá đông lạnh
- Hạt nhục đậu khấu tươi
- 2 trứng
- 1 ¾ ounce Hạt thông, nướng
- 1 Chanh vàng; niềm say mê của
- 3 ½ ounce Parmesan nạo
- Muối và hạt tiêu đen mới xay
- sữa để men

HƯỚNG DẪN:
a) Rây bột vào tô và thêm muối và các loại thảo mộc.
b) Làm một cái giếng ở trung tâm. Thêm dầu và sau đó dần dần thêm trứng.
c) Trộn cho đến khi mịn, thêm một ít nước nếu cần.
d) Nhào trong 10 phút, sau đó bọc trong màng thực phẩm và cho vào tủ lạnh trong 30 phút.
e) Kết hợp tất cả các thành phần làm đầy.
f) Trên một bề mặt đã được rắc bột mì, cán mỏng 2/3 số mì ống và dùng nó để lót một chiếc hộp vuông.
g) Múc phần nhân vào mì ống và dàn đều để phủ phần đế.
h) Tung ra phần mì ống còn lại và phủ lên trên.
i) Làm ướt và bịt kín các cạnh bằng một ít nước.
j) Cắt bỏ phần mì thừa và chải bằng một ít sữa, châm và đặt vào giữa lò đã làm nóng trước.
k) Nướng ở 400ºF trong 25-30 phút cho đến khi vàng mặt trên.

92. Bánh tart phô mai Tây Nam

Làm cho: 8 phần ăn

THÀNH PHẦN:
- 1 muỗng canh dầu
- ½ cốc ớt chuông đỏ xắt nhỏ
- ½ cốc hành tây xắt nhỏ
- 1 muỗng canh tỏi băm
- 1 muỗng canh ớt jalapeno băm nhỏ
- 4 trứng
- 2 tách kem béo
- 2 tách phô mai jack jalapeno
- 1 cái ly ngô hạt rang; thêm
- 1 thêm hạt ngô rang; Đối với Trang trí
- 1 cái ly đậu đen nấu nhừ; rửa sạch
- ½ muỗng cà phê thì là
- ¼ thìa cà phê bột ớt
- 1 muối; hai phím
- 1 hạt tiêu trắng mới xay; hai phím
- 1 vỏ bánh tart chín inch nướng sẵn
- 1 phục vụ pico de gallo
- 1 ngò cắt nhỏ; Đối với Trang trí

HƯỚNG DẪN:
a) Đun nóng dầu trong chảo và nấu ớt chuông, hành tây và tỏi cho đến khi mềm; để nguội.
b) Trong một cái bát đánh trứng và kem cho đến khi kết hợp; cho rau xào và các nguyên liệu còn lại vào xào, nêm gia vị, muối và tiêu. Đổ hỗn hợp trứng vào vỏ bánh tart và nướng trong 30 phút hoặc cho đến khi phần sữa trứng cứng lại khi chạm vào.
c) Làm nguội nhanh trước khi cắt. Dùng kèm với Pico De Gallo, rắc hạt ngô rang và ngò cắt nhỏ.

TẤM NẤM

93. Tart nấm kỳ lạ

Làm cho: 8 phần ăn

THÀNH PHẦN:
- 2½ cốc Bột mì; thêm
- 2 muỗng canh Bột mì
- 2 thìa cà phê Muối
- ½ muỗng cà phê Cayenne
- 1 cái ly mỡ heo
- 2 muỗng canh Nước đá
- 2 muỗng canh Bơ
- ½ cốc Hành băm nhỏ
- Muối; hai phím
- Hạt tiêu vừa mới nghiền; hai phím
- 4 cốc nấm kỳ lạ thái lát
- 2 thìa cà phê Tỏi băm nhỏ
- 2 tách Kem béo
- 3 quả trứng
- 1 chút sốt tiêu cay
- 1 dấu gạch ngang nước sốt Worrouershire
- 1 cái ly Phô mai cheddar trắng nạo
- 4 lạng phô mai Parmigiano-Reggiano; cạo
- 2 tách Hạt đậu

HƯỚNG DẪN:
a) Mưa phùn của dầu truffle trắng
b) Trong một cái bát, kết hợp 2½ chén bột mì, 2 muỗng cà phê muối và ¼ muỗng cà phê ớt cayenne. Cắt mỡ lợn bằng máy xay bánh ngọt cho đến khi hỗn hợp giống như một bữa ăn thô.
c) Thêm nước đá và trộn cho đến khi bột rời khỏi thành bát. Định hình bột thành một quả bóng và bọc nó bằng màng bọc thực phẩm. Đặt trong tủ lạnh và làm lạnh trong 1 giờ.
d) Làm nóng lò ở 350 độ. Lấy bột ra khỏi tủ lạnh và để yên trong khoảng 5 phút. Bụi nhẹ một bề mặt làm việc với bột còn lại. Cán bột thành hình tròn 12 inch dày khoảng ¼ inch.

e) Gấp bột thành phần tư và đặt nó vào chảo tart 10 inch. Lăn một cây cán gỗ trên chảo để cắt bỏ phần bột thừa.

f) Dùng nĩa chọc vào đáy của lớp vỏ. Trong một chảo xào vừa, trên lửa vừa, làm tan chảy bơ. Thêm hành tây. Nêm với muối và hạt tiêu. Xào trong 1 phút. Thêm nấm. Nêm với muối và hạt tiêu.

g) Tiếp tục xào trong 3 đến 4 phút hoặc cho đến khi nấm héo.

h) Khuấy tỏi và loại bỏ nhiệt. Để nguội hoàn toàn. Trong một cái bát, đánh kem và trứng với nhau. Nêm ¾ thìa cà phê muối, hạt tiêu, sốt ớt cay và sốt Worcestershire.

i) Trộn đều. Đổ hỗn hợp nấm vào vỏ bánh ngọt. Rắc phô mai lên nấm. Đổ hỗn hợp kem lên pho mát.

j) Nướng cho đến khi phần giữa đông lại và mặt trên có màu vàng, khoảng 55 phút. Lấy ra khỏi lò và để nguội trong 5 phút trước khi cắt để phục vụ. Trong một cái bát, trộn chồi đậu với dầu truffle. Nêm với muối và hạt tiêu. Để phục vụ, đặt một lát bánh tart vào giữa mỗi đĩa.

k) Trang trí mỗi cái bằng một đống chồi đậu.

94. Bánh nấm xốp

Thực hiện: 30 phần ăn

THÀNH PHẦN:
- 1 bảng nấm tươi
- 1 phương tiện Củ hành
- ½ cốc Mùi tây; tươi
- ½ cốc rượu trắng
- dấu gạch ngang sốt tiêu nóng
- 4 Lá ép bột; rã đông
- 6 muỗng canh Bơ, tan chảy
- 4 lạng pho mát Monterey jack; hình khối

HƯỚNG DẪN:
a) Làm nóng lò ở 400.
b) Cắt nhỏ nấm, hành tây và rau mùi tây. Trong một cái chảo lớn, kết hợp nấm, hành tây, rau mùi tây, rượu vang và sốt tiêu nóng. Che phủ.
c) Nấu trong 5 - 7 phút cho đến khi nấm mềm, thỉnh thoảng khuấy.
d) Khám phá và nấu cho đến khi chất lỏng đã bay hơi. Mát mẻ.
e) Chải nhẹ 1 tấm bột phyllo với bơ tan chảy.
f) Đặt một tấm bột khác lên trên tấm đầu tiên.
g) Chải với bơ. Lặp lại với bột và bơ còn lại.
h) Cắt ngắn xếp thành các ô vuông 2 - ½ inch.
i) Nhẹ nhàng ấn từng miếng vào một cái chảo muffin nhỏ không mỡ.
j) Cho khoảng 2 muỗng cà phê hỗn hợp nấm vào mỗi cốc. Trên cùng với một khối phô mai.
k) Nướng trong 15 - 18 phút hoặc cho đến khi có màu nâu nhạt. Phục vụ ấm áp.

95. Bánh tart cà tím nướng nấm

Làm cho: 8 phần ăn

THÀNH PHẦN:
- Bình xịt nấu ăn
- 1 lớn Cà tím; gọt vỏ và thái thành lát ½"
- 6 lớn Những quả khoai tây; gọt vỏ và thái thành lát ½"
- 6 lớn nấm Portabella; tách rời mũ và thân, để nguyên mũ, thân thái lát
- Dầu ô liu để đánh răng
- 1 muỗng canh Dầu ô liu; cho vụn bánh mì
- Muối và tiêu
- ¼ cốc Mùi tây; băm nhỏ
- ¼ cốc húng quế; thái sợi
- ¾ cốc Phô mai Parmesan tươi nạo; hoặc Pecorino Romano
- 1 cái ly vụn bánh mì tươi
- 1 muỗng canh Dầu ô liu
- 1 nhỏ Củ hành; băm nhỏ
- 1 cọng cần tây; băm nhỏ
- 4 lớn Cà chua; bỏ hạt và băm nhỏ
- ½ cốc Cà rốt nạo
- 1 muỗng cà phê húng tây tươi; hoặc ½ muỗng cà phê húng tây khô
- 1 muỗng cà phê nước cốt chanh tươi
- 2 thìa cà phê Rau mùi tây sạch; băm nhỏ

HƯỚNG DẪN:

a) Làm gia vị: Đun nóng dầu trong chảo không phản ứng. Cho hành tây và cần tây vào xào trên lửa vừa trong 3 phút.

b) Khuấy cà chua, cà rốt, húng tây, muối và hạt tiêu cho vừa ăn. Đun nhỏ lửa gia vị nhẹ nhàng cho đến khi phần lớn chất lỏng được nấu chín. Loại bỏ nhiệt.

c) Ngay trước khi phục vụ, hãy hâm nóng lại món ăn. Tắt bếp và cho nước cốt chanh và mùi tây vào khuấy đều.

d) Xịt kỹ giá nướng bằng bình xịt nấu ăn. Làm nóng vỉ nướng ở nhiệt độ trung bình cao. Chải kỹ cà tím, khoai tây và nấm với dầu ô liu và nêm muối và hạt tiêu ở cả hai mặt.

e) Xịt đều chảo bánh ngọt 9 inch hoặc chảo bánh tart bằng bình xịt nấu ăn. Làm nóng chảo trong lò nướng hoặc trên vỉ nướng của bạn, nếu đủ lớn. Giữ nóng.

f) Nướng tất cả các loại rau trên cả hai mặt cho đến khi chín vàng và mềm. Cắt mũ nấm thành lát mỏng. Tạo các lớp trong chảo bánh nướng hoặc bánh tart - cà tím, khoai tây, nấm, rắc một ít rau mùi tây, húng quế và phô mai bào vào giữa mỗi lớp rau. Giữ ấm.

g) Trong một cái chảo nhỏ, đun nóng 3 muỗng canh dầu ô liu trên lửa vừa cho đến khi nóng. Thêm vụn bánh mì và xào cho đến khi vàng nâu.

h) Top tart với vụn bánh mì. Phục vụ ngay lập tức với một ít cà chua gia vị dưới mỗi miếng nêm.

96. Bánh tart nấm

Làm cho: 4 phần ăn

THÀNH PHẦN:
- ¾ cốc kem chua sữa
- 3 ounce pho mát kem; làm mềm
- ¼ cốc Vụn bánh mì khô
- 1 muỗng canh Dillweed khô
- ½ muỗng cà phê Muối
- 1 muỗng canh Nước chanh
- 4.5 Oz Green Giant thái lát nấm
- 1 Tép tỏi; băm nhỏ
- ½ cốc Bơ hoặc bơ thực vật
- số 8 Tấm bánh ngọt phyllo đông lạnh

HƯỚNG DẪN:
a) Làm nóng lò nướng đến 350 độ.
b) Trong một cái bát, kết hợp kem chua, pho mát kem, vụn bánh mì, thì là, muối và nước cốt chanh; pha trộn tốt. Cho nấm thái lát vào xào cùng. Để qua một bên.
c) Để làm bơ tỏi, trong chảo nhỏ trên lửa nhỏ, nấu tỏi trong bơ cho đến khi mềm, khuấy liên tục. Phủ bơ tỏi lên 16 cốc muffin. Để qua một bên.
d) Phết bơ tỏi lên một tấm bánh quy lớn. Bỏ tấm phyllo; bọc bằng bọc nhựa hoặc khăn. Chải nhẹ một tấm phyllo bằng bơ tỏi; đặt trên tờ cookie bơ.
e) Chải nhẹ tấm phyllo thứ hai bằng bơ tỏi; đặt nó lên trên tấm bơ đầu tiên. Lặp lại với các tấm phyllo còn lại. Với một con dao sắc, cắt xuyên qua tất cả các lớp của tấm phyllo để tạo thành 16 hình chữ nhật.
f) Nhấn nhẹ từng hình chữ nhật vào cốc muffin bơ tỏi. Múc một thìa đầy hỗn hợp kem chua vào mỗi cốc. Đặt toàn bộ nấm lên trên mỗi chiếc, đẩy phần thân vào trong nhân. Mưa phùn với bơ tỏi còn lại.
g) Nướng ở 350 độ trong 18-20 phút hoặc cho đến khi có màu vàng nâu nhạt.

97. bánh tart nấm khói

Làm cho: 8 phần ăn

THÀNH PHẦN:
- ⅓ bột làm bánh Bơ
- 1 Lòng trắng trứng, đánh nhẹ
- 2 muỗng canh Bơ
- 10 ounce Nấm tươi, thái lát
- 7 ounce Nấm đông cô bỏ cọng
- nấm vịt thái miếng
- 1 muỗng canh Tỏi tươi băm nhỏ
- 2 thìa cà phê Oregano khô, nghiền nát
- ⅛ muỗng cà phê Tiêu đen xay
- ½ cân Anh Phô mai mozzarella hun khói, thái lát mỏng
- 2 muỗng canh Bào phô mai asiago hoặc parmesan
- ⅓ cốc mảnh óc chó
- 1 muỗng canh rau mùi tây phẳng xắt nhỏ

HƯỚNG DẪN:
a) Làm nóng lò ở nhiệt độ 400 F. Trên một bề mặt đã được rắc bột nhẹ, lăn bột thành hình tròn 14 inch.

b) Chuyển sang chảo tart 11 inch có đáy có thể tháo rời.

c) Cắt cạnh; chọc vào đáy bằng đầu nĩa.

d) Lót lớp vỏ bánh ngọt bằng giấy bạc và khối lượng bánh ngọt, đậu khô hoặc gạo sống. Nướng trong 15 phút.

e) Loại bỏ giấy bạc và trọng lượng.

f) Nướng lâu hơn 5 đến 6 phút hoặc chỉ cho đến khi bánh bắt đầu chuyển sang màu vàng. Chải với lòng trắng trứng; nướng thêm 1 phút nữa.

g) Thật là mát mẻ khi ở trên các giá đỡ có dây. Trong một cái chảo lớn, làm tan chảy bơ trên lửa vừa và thấp.

h) Thêm nấm, tỏi, oregano và hạt tiêu.

i) Xào cho đến khi nấm vàng và chất lỏng bay hơi hết, khoảng 8 phút; mát đến nhiệt độ phòng.

j) Phủ mozzarella lên đáy vỏ bánh tart, cắt lát để lấp đầy khoảng trống.

k) Đổ hỗn hợp nấm lên trên, sau đó rắc asiago và quả óc chó.
l) Nướng trong 20 phút. Để nguội trong 5 phút trên giá dây trước khi tháo vòng ngoài. Phục vụ ấm áp.

98. Bánh ba nấm

Thực hiện: 10 phần ăn

THÀNH PHẦN:
- 1 bánh đông lạnh chưa nướng vỏ trái đất
- 1 cái ly shiitake tươi xắt nhỏ Nấm
- 1 cái ly Thái lát tươi trắng hoặc nâu Nấm
- 1 cái ly Hàu tươi xắt nhỏ Nấm
- ¼ thìa cà phê kinh giới khô
- 2 muỗng canh Bơ
- ¾ cốc Phô mai Gruyere cắt nhỏ
- ¾ cốc Phô mai Thụy Sĩ cắt nhỏ
- ½ cốc Thịt xông khói Canada xắt nhỏ
- 2 Trứng, đánh nhẹ
- ½ cốc Sữa
- 1 muỗng canh Hẹ tươi cắt nhỏ
- Thịt xông khói Canada, cắt mỏng
- Nêm, tùy chọn

HƯỚNG DẪN:
a) Nhấn bánh ngọt vào chảo tart 9" có đáy có thể tháo rời. Sáo; cắt đều bằng đứng đầu. Lót bằng một lớp giấy bạc hai lớp; nướng ở 450F. 8 phút.
b) Lấy giấy bạc ra và tiếp tục nướng trong 4-5 phút cho đến khi khô và cứng lại.
c) Rẽ trên hai 375F.
d) Nấu nấm cho đến khi mềm trong bơ, 4-5 phút, cho đến khi chất lỏng bay hơi.
e) Loại bỏ nhiệt.
f) Trộn Gruyere, pho mát Thụy Sĩ và thịt xông khói Canada.
g) Thêm nấm, sữa, trứng và hẹ. Đổ vào vỏ bánh tart.
h) Nướng khoảng 20 phút cho đến khi đặt và vàng.
i) Làm nguội trong chảo trên giá dây trong 10-15 phút. Di dời.
j) Cắt thành miếng và trang trí với miếng thịt xông khói Canada.

99. Nấm hoang dã và bánh pho mát dê

Làm cho: 2 phần ăn

THÀNH PHẦN:
- Bánh phồng cuộn sẵn 375 gram
- 1 Trứng; nhịp
- 50 gam Bơ
- 250 gam Nấm thập cẩm p
- 2 lớn Tỏi đinh hương
- 1 nhỏ Bó rau mùi tây phẳng
- 1 muỗng canh Giấm balsamic
- 150 gram phô mai kem dê
- 2 muỗng canh Dầu ô liu
- 100 gam cà chua cherry
- 1 Chanh vàng
- 1 nhỏ bó húng quế
- 100 gram lá mồng tơi non

HƯỚNG DẪN:
a) Làm nóng lò ở 220c/425f/Gas 7.
b) Đặt bánh ngọt lên một bề mặt đã rắc nhẹ bột mì, cắt hai hình chữ nhật 12x15cm/5"x6" và đặt chúng lên một tấm nướng chống dính.
c) Phết trứng đã đánh bông lên và dùng mũi dao sắc đánh dấu đường viền 1 cm/14 inch bên trong mỗi chiếc bánh.
d) Dùng nĩa chọc vào hình chữ nhật ở giữa và nướng trong lò trong tám phút cho đến khi nổi lên và vàng đều.
e) Làm nóng chảo lớn với bơ. Xắt nấm thành miếng vừa ăn. Xắt nhỏ tỏi và thêm với nấm. Chiên trong 3-4 phút cho đến khi chín và vàng.
f) Xắt nhỏ rau mùi tây, thêm một nửa giấm balsamic và nấu trong một phút. Nêm muối và hạt tiêu, và dự trữ. Cho phô mai dê vào tô, thêm rau mùi tây còn lại và trộn đều. Nêm tiêu.
g) Lấy bánh ngọt ra khỏi lò. Cẩn thận cắt xung quanh hình chữ nhật bên trong của bánh ngọt và dùng một lát cá, làm phẳng phần giữa của bánh ngọt.

h) Cho hộp bánh vào lò nướng thêm 4-5 phút nữa cho bánh chín và vàng đều.

i) Đối với món Salad: Làm nóng dầu ô liu trong chảo nhỏ. Cắt đôi quả cà chua bi và cho vào chảo cùng với vỏ chanh và một ít nước cốt. Trộn đều và nêm muối và hạt tiêu.

j) Cho rau bina vào một cái bát và đổ nước sốt ấm lên trên.

k) Lấy bánh tart ra khỏi lò, cho phô mai dê vào và phủ nấm ấm lên trên. Chuyển sang đĩa và phục vụ với salad.

100. nấm hoang dã và bánh tart pecorino

Làm cho: 1 khẩu phần

THÀNH PHẦN:
- 3 muỗng canh Dầu ô liu
- 2 Một số ít nấm hoang dã hỗn hợp
- 1 lớn đinh hương và tỏi; Thái nhỏ
- ¼ Chanh vàng; niềm say mê của
- 2 muỗng canh Rau mùi tây phẳng; băm nhỏ
- 2 Tấm bánh phồng
- Độ dày của 2 que diêm
- 75 gam Phô mai pecorino non; xắt lát mỏng

HƯỚNG DẪN:
a) Làm nóng lò ở 200C.
b) Đun nóng dầu ô liu trong chảo, thêm nấm, nêm gia vị và xào nhanh cho đến khi chín.
c) Khuấy tỏi, vỏ chanh và rau mùi tây. Tắt bếp và đặt sang một bên.
d) Dầu một tấm nướng. Đặt hai tấm bánh ngọt lên đó. Đặt nấm thành một lớp ở giữa mỗi tờ. Chuyển vào lò nướng và nấu trong 20-25 phút, hoặc cho đến khi vàng nâu.
e) Lấy ra khỏi lò và rắc Pecorino lên trên và quay trở lại lò nướng trong 3-4 phút. Hủy bỏ và phục vụ ngay lập tức.

PHẦN KẾT LUẬN

Thưởng thức một số bánh tart mua ở cửa hàng là một trong những niềm vui đơn giản của cuộc sống, nhưng ý nghĩ thử tự nướng bánh tart có vẻ là một nhiệm vụ khó khăn, đặc biệt nếu bạn chỉ mới thử làm bánh quy và bánh hạnh nhân. Nếu bạn đang muốn thử làm bánh tart nhưng không biết bắt đầu từ đâu, thì SÁCH NẤU ĂN này sẽ giới thiệu cho bạn các loại bánh tart và công thức nấu ăn mà bạn cần để bắt đầu. Thưởng thức!

Ingram Content Group UK Ltd.
Milton Keynes UK
UKHW020623210623
423802UK00010B/124